ജിപ്സികളുടെ പ്രണയം

**jipsikalude pranayam**
novel

•

*d h lawrence*

•

*translated*
m p sreeja

•

*first edition*
october 2010

•

*published*
chintha publishers, thiruvananthapuram

•

*typesetting*
akshara dtp centre, thiruvananthapuram

•


•

*cover*
abdul azeez

•



---

*വിതരണം*

**ദേശാഭിമാനി ബുക്ക് ഹൗസ്**

H O തിരുവനന്തപുരം–695 001

**ബ്രാഞ്ചുകൾ**

ഓവർബ്രിഡ്ജ് തിരുവനന്തപുരം • കെ എസ് ആർ ടി സി ബസ് സ്റ്റേഷൻ ആലപ്പുഴ • കെ എസ് ആർ ടി സി ബസ് സ്റ്റേഷൻ എറണാകുളം • കലൂർ കൊച്ചി • ഐ ജി റോഡ് കോഴിക്കോട് • മാവൂർ റോഡ് കോഴിക്കോട് • എൻ ജി ഒ യൂണിയൻ ബിൽഡിങ് കണ്ണൂർ • സെൻട്രൽ ബസ് ടെർമിനൽ കോംപ്ലക്സ് താവക്കര കണ്ണൂർ • മച്ചിങ്ങൽ ലെയ്ൻ തൃശൂർ

---

CO - 1492 / 2558

# ജിപ്സികളുടെ പ്രണയം

നോവൽ

ഡി എച്ച് ലോറൻസ്

പരിഭാഷ

എം പി ശ്രീജ

ചിന്ത പബ്ലിഷേഴ്സ്
തിരുവനന്തപുരം-695 001

# എം പി ശ്രീജ

1981 മാർച്ച് 15ന് മലപ്പുറം പടിഞ്ഞാറ്റുമുറിയിൽ ജനനം. പിതാവ്: രാമകൃഷ്ണൻ മാസ്റ്റർ, മാതാവ്: വിജയേശ്വരി.

സാമ്പത്തികശാസ്ത്രത്തിലും, സാമൂഹികശാസ്ത്രം പ്രധാന വിഷയമായി വിദ്യാഭ്യാസത്തിലും ബിരുദം. ഹൈദരാബാദ് കേന്ദ്രമായി പ്രവർത്തിക്കുന്ന രാമോജി ഫിലിം സിറ്റിയുടെ ചെന്നൈശാഖയിൽ മാനേജിങ് സെക്രട്ടറിയായി ജോലി ചെയ്തിട്ടുണ്ട്. ചെന്നൈ കേന്ദ്രീകരിച്ച് സ്വതന്ത്രമായി പരി ഭാഷാ സാഹിത്യമേഖലയടക്കമുള്ള സർഗാത്മക ജോലികൾ ചെയ്യുന്നു. ജീവന്റെ രസതന്ത്രത്തെ നിന്ദിക്കുകയും നീരസ ത്തോടെ ലംഘിക്കാൻ പ്രേരിപ്പിക്കുകയും ചെയ്യുന്ന സാമൂഹിക ഭാവത്തോട് ഭയപ്പാടുള്ളതിനാൽ കുറച്ചു വർഷങ്ങളായി സജീ വസമൂഹത്തിൽനിന്ന് അകന്ന് ജീവിക്കുന്നു. എ എം യാസിറി നോടൊപ്പം മകൻ അമൽ റൂഹിയുമായി ചെന്നൈയിൽ താമസം.

താമസം :    നമ്പർ 48, ഭദ്രഗോകുലം ഫ്ളാറ്റ്സ്,
മേട്ടുസ്ട്രീറ്റ്, നന്ദീവരം, ഗുഡുവാഞ്ചേരി,
കാഞ്ചീപുരം ജില്ല, ചെന്നൈ, തമിഴ്നാട്

ഡി എച്ച് ലോറൻസ് (1885–1930)

# ഒന്ന്

**അ**വിചാരിതമായി ചിലത് സംഭവിക്കാൻ പോവുന്നതിന്റെ നേർത്തൊരു ഛായപോലും അവിടെയെവിടെയും തങ്ങിക്കിടപ്പുണ്ടായിരുന്നില്ല. തെളുതെളെ തെളിഞ്ഞുകിടന്നിരുന്ന ആ ദിവസം വികാരിയുടെ ഭാര്യ, ഏഴും ഒൻപതും വയസുള്ള പെൺമക്കളുടെ അമ്മ, തെല്ലും പണക്കാരനല്ലാത്ത ഒരു യുവാവിനൊപ്പം വീടുവിട്ടിറങ്ങി. ഒരു നീണ്ടകാലത്തേക്ക് അപവാദങ്ങളും കെട്ടുകഥകളും ആ വീടിന്റെ ഉമ്മറപ്പടിയിലേക്ക് അടിച്ചുകയറി പുതച്ചു. വികാരി നല്ലൊരു ഭർത്താവായിരുന്നു. ചാരക്കളർ തലമുടിയിലും മീശക്കറുപ്പിലും അതിസുന്ദരൻ. ലാവണ്യവതിയായ തന്റെ ഭാര്യയോട് അതിനിഗൂഢമായ അഭിനിവേശം ഇന്നും കാത്തുസൂക്ഷിക്കുന്ന കുലീനൻ.

ഒരു സുന്ദരൻ ഭ്രാന്തിന്റെ കലർപ്പുകൂടി സ്ഫോടനാത്മകമായൊരു വിപ്ലവത്തിന്റെ സാഫല്യവുമായി എന്നിട്ടുമെന്തിനാണു വികാരിയുടെ ഭാര്യ ഇറങ്ങിപ്പോയത്?

ആർക്കും ഉത്തരമുണ്ടായിരുന്നില്ല.

തീവ്രമതവിശ്വാസികളെന്ന് അറിയപ്പെട്ടിരുന്ന ഒരുപറ്റം പെണ്ണുങ്ങൾ അവൾക്ക് വൃത്തികെട്ടവൾ എന്ന മുദ്രചാർത്തി. ചില നല്ല പെണ്ണുങ്ങൾ ചെയ്തത് മിണ്ടാതിരിക്കലാണ്. അവർക്കറിയാം ചിലത്.

വികാരിയുടെ പെൺമക്കളുടെ കുട്ടിമനസുകൾ, വലിച്ചെറിഞ്ഞു കളയത്തക്ക നിസ്സാരരായിരുന്നോ അമ്മയ്ക്ക് തങ്ങളെന്നു കരുതി വേദനിച്ചു പിടഞ്ഞുകരഞ്ഞു. വികാറേജിലേക്കു മാത്രമായി നീട്ടി വീശിക്കയറിച്ചെന്ന ആ ശല്യക്കാരൻ കാറ്റ് അവിടമാകെ ചുറ്റിക്കറങ്ങി ചവിട്ടിമെതിച്ച് ധൃതിയിൽ തിരിച്ചുപോയി. നിരൂപകനും വിലപ്പെട്ട പ്രബന്ധങ്ങളുടെ രചയിതാവുമൊക്കെയായി അറിയപ്പെട്ടിരുന്ന അദ്ദേഹത്തിന്റെ ദുര്യോഗത്തിൽ

സഹപ്രവർത്തകരിൽ പലർക്കും അനുകമ്പ തോന്നി. വളരെ വൈകാതെ പാപ്പിൾ അരുവിയുടെ കരയിലേക്ക് വികാരി കുടുംബത്തെ മാറ്റിനട്ടു. പാപ്പിൾ താഴ്വരയിൽ നന്നേ മുഷിഞ്ഞു കിടക്കുന്ന ഒരു കല്ലുകെട്ടിട മാണ് അവരുടെ ഇപ്പോഴത്തെ വീട്.

ഒരുകാലത്ത് അരുവിയിലെ നീരൊഴുക്ക് കൊണ്ടോടിയിരുന്ന ഒരു വലിയ പരുത്തിമില്ലാണ് പാപ്പിളിനെ റോഡുമുറിച്ചു കടക്കുന്നിടത്തായി നമ്മളാദ്യം കാണുക. മലമുകളോളം വളഞ്ഞുപുളഞ്ഞ് ചുളുങ്ങിക്കിട ക്കുന്ന റോഡ് തലങ്ങും വിലങ്ങുമായി നീണ്ടുനിവർന്നു കാണപ്പെടുന്ന കല്ലുപാകിയ നിരത്തുകളുമായി പലയിടങ്ങളിൽ കൂട്ടിമുട്ടുന്നു.

വികാരി സ്വന്തം കുടുംബത്തിന്റെ രൂപക്കേട് അടിമുടി പൊളിച്ചു വാർക്കണമെന്ന് ആഗ്രഹിച്ചു. പട്ടണത്തിലെ വൃദ്ധമാതാവിനേയും സഹോദരങ്ങളേയും അയാൾ പുതിയ വീട്ടിലേക്ക് കൊണ്ടുവന്നു. അതോടെ തന്റെ മക്കൾ അതുവരെ കണ്ടിട്ടില്ലാത്തൊരു തികവ് കുടും ബത്തിനു വന്നുവെന്ന് വികാരിക്കു തോന്നി.

വികാരിക്കു 47വയസ്സ് തികഞ്ഞു കഴിഞ്ഞിരുന്നു. ഭാര്യയുടെ തിരോ ധാനം അതികഠിനമായ, എന്നാൽ ഒട്ടും അരോചകമല്ലാത്തൊരു സങ്ക ടാവസ്ഥയിൽ വികാരിയെ തളർത്തിയിട്ടു. ചില നല്ല സ്ത്രീകളുടെ അനു കമ്പ അദ്ദേഹത്തെ ആത്മഹത്യയിൽനിന്നു തടഞ്ഞുവെച്ചുവെന്നതാണ് പരമാർഥം. മുടി നിറംവറ്റി വെളുക്കുകയും ദുർഘടം പിടിച്ചൊരു നോട്ടം കണ്ണുകളിലെപ്പോഴും പറ്റിക്കിടക്കുകയും ചെയ്തു.

സ്വന്തം ഭാര്യയുടെ അവിചാരിതമായ തിരോധാനത്തെത്തുടർന്ന് കാകദൃഷ്ടികൾ അദ്ദേഹത്തെ ചുറ്റിപ്പറ്റി പരക്കം പാഞ്ഞുനടന്നു. അനു താപത്തിന്റെ അടങ്ങാത്ത വായ്പു കാണിച്ച പലസ്ത്രീകളും അതികഠി നമായി അദ്ദേഹത്തെ വെറുത്തു. കലമ്പലുകൾക്കും നാട്യങ്ങൾക്കും വളരെ ദൂരത്തായി ആരെയും കാണിക്കാതെ വികാരി തന്റെ മാത്രം നേരിനെ പൂഴ്ത്തിവെച്ചിട്ടുണ്ടായിരുന്നു.

സർവ കുട്ടിത്തെമ്മാടിത്തങ്ങളുടെയും നിറവായിരുന്നു വികാരിയുടെ കുട്ടികൾ. ഊടുമാറ്റിക്കെട്ടിയ പുതിയ അന്തരീക്ഷത്തിൽ കുട്ടികൾ കുടും ബത്തിന്റെ നിയന്ത്രണത്തിൽ മാത്രം ചലിച്ചുതുടങ്ങി. എഴുപതിനു മേൽ പ്രായമുള്ള കണ്ണുമങ്ങിയ മുത്തശ്ശി കുടുംബത്തിലെ കാര്യക്കാരിയായി. വിളറിയ മുഖമുള്ള മതഭക്തയായ സിസിഅമ്മായി വിട്ടുമാറാത്ത വിര ശല്യം പൊറുത്തുകൊണ്ട് കുടുംബം കൊണ്ടുനടന്നു. നാൽപ്പതിനുമേൽ പ്രായം അവർക്കുണ്ടായിരുന്നു. റെക്ടറിന്റെ സഹോദരൻ ഫ്രെഡ് എന്ന നാൽപ്പതുകാരൻ തനിക്കുവേണ്ടി മാത്രം ജീവിച്ചുകൊണ്ടിരുന്നു. ഗൗര വക്കാരനായ ആ ചാരമുഖക്കാരൻ ദിവസവും പട്ടണത്തിൽ പോയി തിരി ച്ചുവരുന്ന പതിവ് ആവർത്തിച്ചു കൊണ്ടിരുന്നു. മുത്തശ്ശി കഴിഞ്ഞാൽ കുടുംബത്തിലെ പ്രധാനി സ്വാഭാവികമായും റെക്ടർ തന്നെയായിരുന്നു.

എല്ലാവരും മുത്തശ്ശിയെ മാതർ എന്നുവിളിച്ചു. ശരീരംകൊണ്ടേറെ

വിരൂപയാണെങ്കിലും കൂർമബുദ്ധിയായ ആ പഴമനസ്സ് തന്നിഷ്ടത്തിനു ജീവിച്ചു. പുരുഷകേസരികളുടെ ദൗർബല്യങ്ങളിൽ വെണ്ണചാലിച്ചുതേച്ച് സ്വന്തം ഇരിപ്പിടത്തിന്റെ നാലുകാലുകൾ തകരാതെ സംരക്ഷിച്ചു.

റെക്ടറിപ്പോഴും തന്റെ ഭാര്യയെ സ്നേഹിക്കുന്നു. മരണംവരെ അത് തുടരാതിരിക്കാനുമദ്ദേഹത്തിനാവില്ല. ഒരിക്കൽ താൻ പരിഗ്രഹിച്ച, പൂജിച്ച, വിശുദ്ധയായ പെൺകിടാവിനെ മനസിലുയർത്തിയ കൊടിക്കാലുക ളിൽ അയാൾ നെറുക്കനെ പൊന്തിച്ചുനിർത്തി. അതേസമയം പുറം വർത്തമാനങ്ങളിൽ സ്വന്തം രക്തത്തെ ഉപേക്ഷിച്ച്, ഭർത്താവിനെ വഞ്ചിച്ച ഒരു വിലകെട്ടവളായിരുന്നു അയാളുടെ ഭാര്യ. അവൾ നുകംകോർത്തു കെട്ടിവലിക്കുന്ന പുതിയ യുവാവിൽനിന്ന് അർഹിക്കുന്ന അപമാനം അവൾക്കൊരിക്കൽ കിട്ടുമെന്ന് ബഹുഭൂരിപക്ഷവും പറഞ്ഞു.

പക്ഷേ, അസാധാരണമാംവിധം പ്രണയഭരിതമായിരുന്ന റെക്ടറുടെ മനസിൽ അയാളുടെ വിശുദ്ധയായ യുവപത്നി ഒരു വെൺമഞ്ഞുപു ഷ്പമായി പലതവണ വിരിഞ്ഞു, വിടർന്നുകൊണ്ടിരുന്നു, ഒരിക്കലും വാടാ തെ. മറ്റൊരു ചെറുപ്പക്കാരനോടൊപ്പം അപ്രത്യക്ഷയായ സ്വന്തം ഭാര്യയെ അയാൾക്കറിയുമായിരുന്നില്ല.

മാതർ റെക്ടറിന്റെ വീട്ടിൽ സന്തുഷ്ടയായിരുന്നു. ഒരു കുഞ്ഞുവീ ട്ടിൽ വെറുമൊരു വിധവയായി തരംതാഴ്ത്തപ്പെട്ടു കഴിഞ്ഞുകൂടിയിരുന്ന അവർ റെക്ടറുടെ വസതിയിലെ അധികാര കസേരയിൽ സ്വസ്ഥ തയോടെ ചാഞ്ഞിരുന്നു. ഇനിയാരും തന്നെ താഴേക്കിറക്കാൻ പോവു ന്നില്ലെന്ന് അവർക്കുറപ്പുണ്ടായിരുന്നു. ഒരു പഴഞ്ചൻ വെൺമഞ്ഞുപുഷ്പ ത്തോട് തന്റെ മകൻ കാണിച്ചുകൂട്ടുന്നതൊന്നും അംഗീകരിക്കാനാവി ല്ലായിരുന്നിട്ടും ഒരു വാഴ്ത്തിവലുതാക്കലിന്റെ നിശ്വാസം പലപ്പോഴുമ വർ രഹസ്യമായിട്ട് ആ മകനു നൽകി. ഒരിക്കൽ മിസിസ്. ആർതർ സോവെൽ എന്നു വിളിക്കേണ്ടിവന്ന പിശാചുക്കളുടെ ലോകത്തിലെ ആ തൊട്ടാവാടിക്കളയ്ക്കെതിരെ ഒരു വാക്കുമുരിയാടാതെ അവൻ ചുണ്ടുകു ട്ടിയിരുന്നു. ആ ദുഷ്ടയ്ക്കിങ്ങനെയൊന്നു തോന്നിയതിന് അവർ സ്വർഗത്തത്തിന് നന്ദി പറഞ്ഞു. മിസിസ്. ആർതർ സേവെൽന് ഇനിയാ വിളിപ്പേരില്ല. തന്റെ മകന്റെ പേരിനെ ഇനിയൊരുവളും ഇത്രകണ്ട് വൃത്തി കേടാക്കുകയുമില്ല.

മാതറിന് തന്റെ കുടിലൻമില്ലോട്ടാൻ തക്ക കരുത്തുറ്റ ഊർജപ്ര വാഹം ആ വീട്ടിൽത്തന്നെ വേണ്ടുവോളമുണ്ടായിരുന്നു. ആർതർ ഇനി യൊരിക്കലും വിവാഹിതനാവുകയില്ലെന്ന് മുത്തശ്ശി മനസിലുറപ്പിച്ചു. ഒരു നാളിലുമിതളടരാത്തൊരു പൂവിനെ വേട്ട ഭാഗ്യവാൻ! ആർതറെന്നിട്ടും മുറിവേറ്റു കരഞ്ഞു, നരകത്തിൽ പിടഞ്ഞു, അങ്ങേയറ്റം ക്ഷമിക്കുന്നവ നായി, എല്ലായ്പ്പോഴും മാപ്പുകൊടുത്തു. അതിമഹത്തായ പ്രണയക്ക യത്തിൽ എപ്പോഴും മുങ്ങിത്താണുകിടന്നു. ഓരോ നിമിഷത്തിലും അവൾ, സിന്ദിയക്കുവേണ്ടി മനസിലുണ്ടാക്കിയിരുന്ന ഇടം അഴുക്കുപ

റ്റാതെ തൂത്തുകഴുകിത്തുടച്ചിട്ടു. ഏതോ ഒരു തെമ്മാടിയോടൊപ്പം അവൾ സുഖമായി വാഴുകയാണെന്നു തീർച്ചയുണ്ടായിരുന്നിട്ടും, ഉയരങ്ങളിൽ നിന്നിറങ്ങിവന്ന ആ വെൺമഞ്ഞു പുഷ്പം ഭൂതകാലത്തിന്റെ അത്യുന്ന തങ്ങളിൽ പൂത്തുലഞ്ഞു കിടന്നു.

റെക്ടറുടെ മക്കളും ആ വെൺമഞ്ഞു പുഷ്പത്തെ ഉയരങ്ങളിൽ പ്രതിഷ്ഠിച്ചു. തങ്ങൾക്കു സ്പർശിക്കാനാവാത്തത്ര അകലം അവിടെ ക്കുണ്ടെന്ന് അവർക്കറിയാമായിരുന്നു. ആത്മശരികളുടെ കോലാട്ടക്ക സർത്തിൽ കുട്ടികൾ കൗശലക്കാരായി വളർന്നു. ഇടയ്ക്ക് സ്വാർഥതയു ടെയും തരംതാണ ലൈംഗികാഭിനിവേശങ്ങളുടെയും വിയർപ്പുഗന്ധം പരത്തി ആ തൊട്ടാവാടികളെ, സിന്ദിയ അവരുടെ കൺപോളകളെ നെറു ക്കനെ നിർത്തി. കുട്ടികൾക്കായി ചില തിരുത്തലുകളും തീർച്ചപ്പെടുത്ത ലുകളും കൊണ്ടായിരുന്നു എല്ലായ്പ്പോഴും അവളുടെ വരവ്. അപ്പോ ഴെല്ലാം മാതർ വെറുപ്പുകൊണ്ടു വല്ലാതെ വിറച്ചു. ഇനിയൊരിക്കലും തിരികെ വന്നില്ലെങ്കിലും മാതറിനടുത്ത് അവൾക്കായി ഒരു ചെറിയ ഇടം പോലും ഒഴിഞ്ഞു കിടപ്പുണ്ടാവില്ലെന്നുറപ്പ്. ആ ലൈംഗികചപലതയിൽ വേരുകുരുപ്പിച്ച കുട്ടികളിലേക്ക് ഇടയ്ക്കുംതലയ്ക്കും മാതറിന്റെ വെറുപ്പ് മുന്നറിയിപ്പില്ലാതെ അതിക്രമിച്ചു ചെന്നു. ഇതിനോടെല്ലാം ഇണങ്ങി ചേർന്നതായിരുന്നു ആ കുട്ടികളുടെ ഗൃഹാന്തരീക്ഷം. ഒപ്പം ഗ്ലാമറിൽ തിളങ്ങുമ്പോഴും തിരസ്കരണംകൊണ്ട് വേദനിപ്പിച്ച് അവരുടെ അമ്മ യും. സൂര്യനെപ്പോലെ തിളക്കവും ജീവന്റെ വറ്റാത്ത ഒഴുക്കും അതേസ മയം വന്യമായ കൊടുംചൂടും നൽകിയ സിന്ദിയ അവിടമാകെ സൗന്ദ ര്യവും സ്വാർഥതയും മാറിമാറിത്തെളിയിച്ചു.

ഇപ്പോൾ ഗ്ലാമറഴിഞ്ഞുവീണ ആ വെളുത്ത മഞ്ഞുപുഷ്പം ഒരു വില കെട്ട റീത്തുപോലെ അതിന്റെ കുഴിമാടത്തിൽ തണുത്തുറഞ്ഞു പോയി രിക്കുന്നു. അതിഭീകരമായ നൊമ്പരങ്ങളും ഭയാനകമായ സ്വാർഥതയും മാഞ്ഞുപോയിരിക്കുന്നു. ഒരാൾക്ക് പൂർണമായും തകർന്നുതാണുപോ വത്തക്ക വിശാലമായ വല്ലാത്തൊരു അചഞ്ചലതയാണ് ഇപ്പോഴവിടമെ ങ്ങും.

റെക്ടറിന്റെ കുട്ടികൾ, യ്‌വെറ്റിയും ലൂസില്ലെയും വളർന്നു. വളരു ന്തോറും അവരുടെ മനസ്സ് കൂടുതൽ ചഞ്ചലമാവുകയായിരുന്നു. ചെറിയ ചലനങ്ങളിൽപ്പോലും മനസ്സ് ചിറകുവെച്ച് ഇളകിപ്പറന്നു. ഇതിനിടെ മാത റിനെ മെല്ലെമെല്ലെ വാർധക്യം കീഴടക്കിത്തുടങ്ങി. രണ്ടുകണ്ണുകളും മങ്ങിവെളുത്തുപോയ അവർക്ക് നടക്കണമെങ്കിൽ ഒരാൾ കൈപിടിക്ക ണമായിരുന്നു.

ഉച്ചയാവും വരെ എണീക്കാതെ മാതർ നീണ്ടുനിവർന്ന് കിടക്കയിൽ കിടന്നു. അന്ധയായിട്ടും കിടന്നുപോയിട്ടും അവർ ആ വീടിന്റെ നിയ ന്ത്രണം ആർക്കും വിട്ടുകൊടുത്തില്ല. പുരുഷന്മാരുടെ സാന്നിധ്യത്തിൽ കട്ടിലിലടച്ചു കിടക്കാതെ അവർ തന്റെ അധികാരക്കസേരയിൽ ചാഞ്ഞി

രുന്നു. തന്നെ അവഗണിക്കുന്നതിനെ ചെറുത്തു തോൽപ്പിക്കത്തക്ക കൗശ ലക്കാരിയായിരുന്നു അവർ. പ്രത്യേകിച്ച്, ഒരു വീട് നിറയെ ശത്രുക്ക ളുള്ള സ്ഥിതിക്ക്.

മാതറിന്റെ ശത്രുക്കളിൽ പ്രധാനി ഇളയവൾ യ്വെറ്റിയായിരുന്നു. അശ്രദ്ധയും അലക്ഷ്യഭാവവുമെല്ലാം സിന്ദിയയുടെ തനിപ്പകർപ്പായിരുന്നു അവൾക്ക്.

അതേസമയം ഒരു വളർത്തുപൂച്ചയുടെ അടിമമനസും അവൾക്ക് മാത്രം സ്വന്തമായിരുന്നു. മാതർ തക്കസമയങ്ങളിൽ യ്വെറ്റിയുടെ കൗശ ലങ്ങളുടെ പിടലിക്ക് കയറിട്ടുപിടിച്ചുകൊണ്ടിരുന്നു. റെക്ടർ എല്ലാ യ്പ്പോഴും യ്വെറ്റിയെ വാനോളം പുകഴ്ത്തി. മക്കളെ കൊഞ്ചിച്ചു വഷ ളാക്കുന്ന ഒരു ദുർബലനായ പിതാവല്ല താനെന്ന് കേൾക്കാനാഗ്രഹിച്ചി രുന്നെങ്കിലും റെക്ടറിന്റെ ഗാഢമായ ലാളനയിൽ ഒരു നനഞ്ഞ പൂച്ച ക്കുട്ടിയെപ്പോലെ യ്വെറ്റി ചുളിപ്പിടിച്ചിരുന്നു. തന്റെ മകന്റെ തലനാരിഴ യോളം നേർത്ത സകലദൗർബല്യങ്ങളും മാതറിന് അറിയാമായിരുന്നു. ആകർഷകമായ ഒരു വ്യക്തിജീവിതം വളർത്താനാഗ്രഹിച്ചിരുന്ന തന്റെ മകന്റെ കുറ്റങ്ങളും കുറവുകളും ദൗർബല്യങ്ങളുമെല്ലാം ഇടയ്ക്കിടെ മാതർ ചൂണ്ടിക്കാണിച്ചു കൊടുത്തു. അപ്പോഴൊന്നും സിന്ദിയ എന്ന പേര് വായിൽനിന്നു പുറത്തുചാടാതിരിക്കാൻ ആ മുത്തശ്ശി പെടാപ്പാടു പെട്ടു. ചിലപ്പോഴെങ്കിലും നിസ്സാരനായൊരു പെൺകോന്തനും വിഡ്ഢി യുമായിട്ടായിരുന്നു മുത്തശ്ശിയുടെ മനസിൽ റെക്ടറുടെ സ്ഥാനം.

മൂത്തവൾ ലൂസില്ലെയെയാണ് എളുപ്പത്തിൽ മെരുക്കിയെടുക്കാവുന്ന യ്വെറ്റിയെക്കാളും മുത്തശ്ശി വെറുത്തത്. അവരുടെ മാന്ത്രികവലയത്തിന് അടിമപ്പെടുന്നതിനെക്കുറിച്ച് കൂടുതൽ ബോധവതിയായിരുന്ന ലൂസില്ലെ കടുപ്പക്കാരിയും വഴങ്ങാത്തവളുമായിരുന്നു. അതേസമയം സിസി അമ്മാ യിക്ക് യ്വെറ്റിയോടായിരുന്നു പക. ഒരു ജീവിതം മുഴുക്കെ മുത്തശ്ശിക്കു വേണ്ടി അവൾ ബലിയർപ്പിച്ചിട്ടുണ്ടായിരുന്നു. സിസി അമ്മായിയുടെ മന സിലെ ധാരണ അങ്ങനെയൊരാത്മപരിത്യാഗത്തിന്റേതാണെന്ന് മാത റിനും അറിയാമായിരുന്നു. വർഷങ്ങളുടെ കാലദൈർഘ്യത്തിനിടയ്ക്ക് സിസി അമ്മായിയുടെ ജീവിതം മുത്തശ്ശിയുടെ പരിരക്ഷയ്ക്കുമാത്രമു ള്ളതാണെന്ന ഒരു അലിഖിതധാരണ എല്ലാവരുടെ മനസിലും ഉറച്ചു പോയി. തന്റെ ജീവിതം അങ്ങനെയൊരാത്മബലിക്കുള്ളതാണെന്ന് സിസി അമ്മായികൂടി ക്രമേണ അംഗീകരിച്ചു തുടങ്ങിയതാണാശ്ചര്യം. സ്വയം ചോദ്യം ചെയ്യപ്പെടാത്തവിധം സമ്പൂർണമായൊരു ബലിക്രിയയ്ക്കു വേണ്ടി മനസിനെ തണുപ്പിച്ചുവയ്ക്കാൻ അവർ സദാ ദൈവത്തോടു പ്രാർഥിച്ചു തുടങ്ങി. ജീവിതവും ജൈവികവാസനകളും ഉരിഞ്ഞുകളഞ്ഞ് അവൾ സിസിയാവുന്ന അപൂർവ നിമിഷങ്ങൾപോലും കുറച്ചുകൊണ്ടു വരാൻ കിണഞ്ഞുശ്രമിച്ചു. ദുർബല നിമിഷങ്ങളിൽ പൊട്ടിയൊലിക്കാ റുള്ള ഭ്രാന്തമായ കോപമൊഴിച്ചു നിർത്തിയാൽ അവൾ 50ാം വയസി

ലേക്ക് കടക്കുന്നത് ഒരു ബലിമൃഗത്തിന്റെ മനസന്തുലനത്തോടു കൂടി ത്തന്നെയാണ്.

മുത്തശ്ശിയുടെ അധികാരത്തിനുകീഴെ ഞെരുങ്ങിക്കിടന്ന് അവരെ പരിപാലിക്കുന്നതിനെക്കുറിച്ചുമാത്രം സിസി ചിന്തിച്ചു. എന്നിട്ടും സിസി യിൽ പടർന്നുപിടിക്കുന്ന കോപത്തീയാളലുകൾ വീട്ടിലെ ചെറുപ്പക്കാ രെയെല്ലാം ഇടയ്ക്ക് വലിയവട്ടത്തിൽ പൊള്ളിച്ചുവിട്ടു. തന്റെ ചെയ്തി കൾക്ക് മാപ്പുലഭിക്കാൻ അവൾ സ്വർഗത്തോട് മാപ്പിരക്കുമായിരുന്നു എന്ന റിയുമ്പോഴാണ് ആ ജീവന്റെ ദൗർഭാഗ്യകരമായ പുളച്ചിൽ നമ്മെ അസ്വ സ്ഥമാക്കുക. മുത്തശ്ശി ഒരിക്കൽപ്പോലും ഊഷ്മളതയുടെയോ കരുണ യുടെയോ ചെറിയൊരു ലാഞ്ഛനപോലും പുറത്തുകാണിച്ചില്ല. കുശാ ഗ്രബുദ്ധിയായിരുന്നു അവരിൽ മുഴച്ചുനിന്നിരുന്നത്. ലേസ് തുന്നിയ പഴയ ഫാഷൻ തൊപ്പിക്കും വെള്ളമുടിയിഴകൾക്കും മുന്നോട്ടുന്തിയതും കുറി യതുമായ തടിയൻ ശരീരത്തിനുമപ്പുറത്ത് സ്വന്തം സ്ത്രൈണശക്തിയിൽ മതിമറന്നു കഴിയാനാഗ്രഹിച്ചിരുന്ന ഒരു കൂർമബുദ്ധിയായിരുന്നു ആ പഴ ഞ്ചൻശരീരം. പ്രായം 70 ൽനിന്ന് എൺപതിലേക്കും തൊണ്ണുറിലേക്കും കയറിയിട്ടും അവിടത്തെ പുരുഷകേസരികളുടെ ദൗർബല്യങ്ങളിൽ കൊളുത്തിട്ടു വലിച്ചുകൊണ്ട് അവർ സസുഖം വാണു.

വീട്ടിലെല്ലാവരും വച്ചുപുലർത്തിയിരുന്നൊരു മര്യാദയായിരുന്നു വിശ്വസ്തത– പരസ്പരവും കുടുംബനാഥയായ മാതറിനോട് പ്രത്യേ കിച്ചും. മാതറിന്റെ തന്നിഷ്ടങ്ങൾ വാരിപ്പൊത്തി മിനുക്കിയെടുത്ത ഒരു കൂരയായിരുന്നു ആ വീട്. ബലഹീനരും തരന്താണവരുമായ മാതറിന്റെ മക്കൾ വിശ്വസ്തതയോടെ ആ അച്ചുതണ്ടിനു ചുറ്റും അറിയാതെ കറ ങ്ങി. അതിനു പുറത്തുള്ള ലോകത്ത് അവർ സ്വാഭാവികമായും നിരാലം ബരും ഭീതിനിറഞ്ഞവരുമായി. തന്റെ വൈവാഹിക ജീവിതത്തിൽ റെക്ടർപോലും ഇത്തരത്തിലൊരു കണ്ണടച്ച കറക്കമായിരുന്നു കറങ്ങി ക്കൊണ്ടിരുന്നത്. അതുകൊണ്ട് സദാ ജാഗരൂകരാവുക. ജാഗ്രതയോ വിശ്വാസ്യതയോ ആവും നിങ്ങളെയീ ലോകത്തിൽ നയിച്ചുകൊണ്ടിരി ക്കുക.

സ്കൂൾ വിദ്യാഭ്യാസം കഴിഞ്ഞ് ലൂസില്ലെയും യ്വെറ്റിയും വീട്ടിൽ തിരിച്ചെത്തി, ലൂസില്ലെക്ക് ഇരുപത് തികയാൻ പോവുകയായിരുന്നു. യ്വെറ്റിക്ക് പത്തൊൻപതും. മെച്ചപ്പെട്ടൊരു ഗേൾസ് സ്കൂളിലെ പഠന ത്തിനൊടുവിൽ അവരുടെ സ്കൂൾജീവിതം അവസാനിപ്പിച്ചു. ക്രോപ്പു ചെയ്ത മുടിയും നെടുനീളൻ ഉടലുമുള്ള രണ്ടുപേരും പ്രസരിപ്പുള്ളവരും വികാരഭരിതരുമായിരുന്നു. പുരുഷന്റെ പെരുമാറ്റവും സ്ത്രീയുടെ ജൈവീ കവാസനകളും കൂടിക്കുഴഞ്ഞ് അവർ ഒരു ജോഡി ചീട്ടിൻതുണ്ടുകളെ പ്പോലെ തോന്നിച്ചു. മുത്തശ്ശിയുടെ തണുത്തുറഞ്ഞ കനത്ത കൈകളുടെ ഭാരം അവരപ്പോഴേക്കും അറിഞ്ഞുതുടങ്ങിയിരുന്നു.

ഒരു യന്ത്രബോട്ടിൽ മടുപ്പോടെയിരിക്കുകയായിരുന്നു യ്വെറ്റിയും ലൂസില്ലെയും.

"ഇവിടെ ഈ പാപ്പിൾ തീരത്ത് ആണൊരുത്തനെ കാണാനേ കിട്ടി ല്ലെന്നതാണ് ഇവിടത്തെ വിരസത ഇത്രത്തോളം ഭയാനകമാക്കുന്നത്". തീരത്ത് നിറഞ്ഞു കിടന്നിരുന്ന ചാരനിറത്തിലുള്ള പാറക്കൂട്ടത്തെ നോക്കി യ്‌വെറ്റി പറഞ്ഞുതുടങ്ങി.

"ഫ്രഡ് അമ്മാവന് മറ്റൊന്നിനെക്കുറിച്ചും ചിന്തിക്കേണ്ടതില്ല. ഡാഡി ക്കെങ്കിലും കുറച്ചു നല്ല കൂട്ടുകാരില്ലാത്തതെന്ത്? എന്തൊക്കെയാണ് സംഭവിക്കുന്നതെന്ന് നീയറിയുന്നില്ല." അൽപം ദാർശനികച്ചുവയിലാ യിരുന്നു ലുസില്ലെ.

"നമുക്കിനി എന്തു പ്രതീക്ഷിക്കാനാണ്" യ്‌വെറ്റി വിടാൻ ഭാവമി ല്ലായിരുന്നു.

"ഞായറാഴ്ചകളിൽ ഒരു ക്വയറോ? ആണും പെണ്ണും ചേർന്നുള്ള ക്വയറിനോടെനിക്ക് വെറുപ്പാണ്. പെണ്ണുങ്ങളില്ലെങ്കിൽ ആൺശബ്ദം കേൾക്കാൻ നല്ലതാണ്. പെണ്ണുങ്ങളില്ലെങ്കിൽ മാത്രം. പോരെങ്കിൽ ഒരു ഞായറാഴ്ചപ്പള്ളിക്കൂടം, പെൻസൗഹൃദസഭ, സുഹൃത്തുക്കൾ, പഴഞ്ചൻ ആത്മാക്കൾ. മാതറിന്റെ ബാക്കി. ചങ്കുറപ്പുള്ള ഒരു ആൺതരി എവി ടെയോ ആണ്. മൈലുകൾക്കപ്പുറത്തെവിടെയോ."

"ആ എനിക്കറിയില്ല, ഒന്നറിയാം. ജെറി സോമർകോട്സ്‌ന് നിന്നോട് വല്ലാത്ത ആരാധനയാണ്."

"എന്നെ ആരാധിക്കുന്നവരെ എനിക്കു പിടിക്കില്ല. അവറ്റകളെന്നെ ബോറടിപ്പിക്കും"– യ്‌വെറ്റി ഒച്ചയിട്ടു. സ്വതേ വികാരപാരവശ്യം അധിക മായ അവളുടെ മൂക്ക് ചുവന്നുവീർത്തു.

"നീയൊരിക്കലും അവരെ വിവാഹം കഴിക്കാനിടയില്ലാത്ത സ്ഥിതി ക്ക് ആരാധിക്കാനിരുന്നുകൊടുക്കുന്നതുകൊണ്ടെന്തു നഷ്ടം? അതെ ങ്കിലും അവരെ ആശ്വസിപ്പിക്കട്ടെ."

"എനിക്കുടനെയൊരു വിവാഹം വേണം." യ്‌വെറ്റി ഉച്ചത്തിലായി.

"നിനക്ക് വിവാഹം കഴിക്കാവുന്ന ഒരുവനെ കണ്ടെത്തും വരെയെ ങ്കിലും നിന്റെ നിർഭാഗ്യവാന്മാരായ ആരാധകരെ അതിനനുവദിച്ചു കൂടെ?"

"എന്നെ ഒരിക്കലുമതിനു കിട്ടില്ല. ഈവക ആരാധനാപുരുഷന്മാ രെല്ലാം എന്നെ ബോറടിപ്പിച്ചു കൊല്ലും." യ്‌വെറ്റി ഉറപ്പിച്ചുപറഞ്ഞു.

"ഓ! എന്നെയാണിതിനു നിർബന്ധിച്ചിരുന്നതെങ്കിൽ അൽപ്പം അകലംകാത്തു ഞാനതു സമ്മതിക്കുമായിരുന്നു. ഇവരൊന്നും മോശ ക്കാരല്ലെന്നാണെന്റെ പക്ഷം." ലുസില്ലെ തുറന്നുപറഞ്ഞു.

"എനിക്ക് വന്യമായ പ്രേമം വേണം." യ്‌വെറ്റി പറഞ്ഞു.

"എന്നെയാ വാക്കുകൾ തന്നെ മടുപ്പിക്കുന്നു. പോരാത്തതിന് നമ്മുടെ ഇഷ്ടമെന്താണെന്നറിയുന്നതിന് മുമ്പ് നമുക്കെവിടെയെങ്കിലും പാർപ്പിടമുറപ്പിക്കേണ്ടിയും വരും."

"ഈ വിരസമായ പാപ്പിൾ തീരത്ത് ഇനിയും കഴിഞ്ഞുകൂടേണ്ടി വരുന്നതിൽ നിനക്ക് മടുപ്പുതോന്നുന്നില്ലേ?" യ്‌വെറ്റി ചോദിച്ചു.

"ഇല്ലേയില്ല. ഡാഡി ഉടനെയൊരു പുതിയ കാർ വാങ്ങിയേക്കും. അതോടെ പഴയ ബൈക്കിൽ നമുക്ക് ടാൻസിയൂർ മുഴുവൻ ചുറ്റിയ ടിക്കാം."

"ഓ കഷ്ടം, ഒരു പഴഞ്ചൻബൈക്ക് ആ കുന്നിൻ മുകളിലേക്ക് തള്ളി ക്കയറ്റുക. എത്രഭയാനകമായ നേരംപോക്ക്." യ്വെറ്റിയുടെ മനസിനെ പ്രസരിപ്പുള്ളതാക്കാൻ അതിനൊന്നിനുമായില്ല.

അതൊരു വേനലായിരുന്നു. കപ്പൽ ചാരനിറം മൂടിയ പാറക്കൂട്ടങ്ങ ളോടടുത്തു. ധരിച്ചിരുന്ന രോമക്കുപ്പായത്തിന്റെ കോളറുകൾ ഉയർത്തി വെച്ച്, തൊപ്പി ചെവിക്കു മുകളിലേക്കല്പ്പം നീട്ടിവെച്ച്, പ്രസരിപ്പും, സ്കൂൾ വിദ്യാർഥിനികളുടെ ആത്മവിശ്വാസവും കാണിച്ചിരുന്ന ആ നീള ക്കാരികൾ സ്ഫുടംചെയ്ത ഇംഗ്ലീഷുകൊണ്ട് എല്ലാവരുടെയും ശ്രദ്ധ തിരിച്ചു. അവരങ്ങേയറ്റം സ്വതന്ത്രരാവുകയും പരസ്പരം കൊളുത്തി നിർത്തിയ ഒരടുപ്പം പുറത്തു കാണിക്കുകയും ചെയ്തു. ഉള്ളിൽ തേച്ചു മിനുക്കി കഴിഞ്ഞ പരമ്പരാഗത ചിന്താശകലങ്ങൾക്കു വെളിയിൽ അവർ സർവസ്വതന്ത്രകളായഭിനയിച്ചു. ഉൾക്കടലിലേക്കു തുഴഞ്ഞു മുന്നേറുന്ന കടിഞ്ഞാണില്ലാത്ത ആ നീളൻ മീൻപിടുത്തവള്ളങ്ങൾ സത്യത്തിൽ ഒരു നങ്കൂരച്ചങ്ങലയിൽനിന്ന് മറ്റൊന്നിലേക്ക് അർഥമില്ലാതെ ഉരസിനീങ്ങുക മാത്രമായിരുന്നു.

ചെറിയ നേരംപോക്കിനു ശേഷം വീട്ടിലേക്കു തിരിച്ചു കയറിയ പ്പോൾത്തന്നെ ഒരു വല്ലാത്ത മരവിപ്പ് അവരുടെ മനസിനെ വിറങ്ങലിപ്പി ച്ചു. വൃത്തിയുള്ള ആ വീട് നിറഞ്ഞുകുമിയുന്നൊരു ജീർണതയുടെ പ്രതീതി അവരിലുണ്ടാക്കിക്കൊണ്ടിരുന്നു. കേടുപാടുകളില്ലെങ്കിലും കാല പ്പഴക്കം വന്നുപോയ ഫർണിച്ചറുകൾ അകംമുഴുവൻ വല്ലാത്തൊരു വാട നിറയ്ക്കുന്നതുപോലെ. ശുചിത്വമുള്ളതോ പുതുമയുള്ളതോ ആയി യാതൊന്നും അവരുടെ നോട്ടങ്ങൾ കണ്ടെടുത്തില്ല. പുറത്തുനിന്നു കയ റിവരുന്ന ഏതൊരാളുടെ നാക്കിനെയും തളർത്തിയിടുന്നതാണ് അവി ടെ വേവിക്കപ്പെടുന്നതുപോലുമെന്ന് അവർ അമ്പരന്നു നിന്നു– ബീഫ്റോ സ്റ്റ്, ആവി കയറ്റിയ കാബേജ് കഷ്ണങ്ങൾ, തണുപ്പിച്ച മട്ടൻ, ഉലർത്തിയ ഉരുളക്കിഴങ്ങ്, ചവർപ്പുള്ള അച്ചാറുകൾ പിന്നെ അവിഭാജ്യ വിഭവമായ പുഡ്ഡിങ്ങുകളും. ഒരു കഷ്ണം പോർക്കില്ലാതെ ഭക്ഷണം കഴിക്കാൻ ബുദ്ധിമുട്ടിയിരുന്ന മാതറിനുവേണ്ടി വേവിച്ച പോർക്ക്, ബീഫ്, ടീ റസ്ക്, കസ്റ്റാർഡ് തുടങ്ങിയവയും ആ വീട്ടിലെ പതിവു മെനുവിൽപ്പെടുമായി രുന്നു.

സിസി അമ്മായി ചാരക്കളറുള്ള തന്റെ മുഖത്തിനുനേരെ യാതൊന്നും വച്ചുനീട്ടാതെ ഭക്ഷണപാത്രം പോലെ പതിവായി തണു ത്തുറഞ്ഞിരുന്നു. മസാലപുരട്ടാതെ വറുത്തെടുത്ത ഒരു കഷ്ണം ഉരുള ക്കിഴങ്ങായിരുന്നു പലപ്പോഴുമവരുടെ ആകെയുള്ള ഭക്ഷണം. എന്നിട്ടും എല്ലാവരും കഴിച്ചുതീരും വരെ അവരാ ടേബിളിനരികിൽത്തന്നെ ക്ഷമ

യോടെ കാത്തിരുന്നു. ഭക്ഷണത്തെയും ഭക്ഷിക്കൽ പ്രക്രിയയെത്ത
ന്നെയും സിസി അമ്മായി ഗാഢമായി വെറുത്തു. എന്നിട്ടും മൂന്നു മാസ
ത്തോളമായി അവരൊരു വേലക്കാരിയെയും വിരസമായ ഈ പാകം
ചെയ്യൽ പ്രക്രിയയിൽ സഹായിക്കാൻ വിളിച്ചില്ല.

മുത്തശ്ശി എല്ലായ്പ്പോഴും തനിക്കു വിളമ്പിയത് വളരെവേഗം തിന്നു
തീർത്തു. അവരൊന്നും അകത്താക്കാതിരിക്കുന്ന ചുരുക്കം ചില സമയ
ങ്ങൾ സിസി അമ്മായി എന്ന യന്ത്രത്തിനു കിട്ടുന്ന ഭാഗ്യനിമിഷങ്ങളാ
യിരുന്നു. പെൺകുട്ടികൾ വിരക്തിയോടെ അവരുടെ പ്ലേറ്റിലുള്ളത് ചവ
ച്ചുതീർത്തു. യ്‌വെറ്റിയുടെ ഇരിപ്പ് എല്ലായ്പ്പോഴും മൂക്കുവീർപ്പിച്ചിട്ടായി
രുന്നു. മറ്റുകാര്യങ്ങളിലെന്നപോലെ ഈ ഭക്ഷണകാര്യത്തിലും ലൂസി
ല്ലയുടെ പ്രായോഗികബുദ്ധി ക്ഷമയോടെയായിരുന്നു.

റെക്ടർ മാത്രം ചാരക്കളർ മീശ തഴുകി തമാശപൊട്ടിച്ചുകൊണ്ട്
കൊടുത്തതെന്തും തിന്നുതീർത്തു. കായികാധ്വാനമില്ലാത്ത മുഴുവൻ
സമയ ഇരുത്തം കാരണം പൊണ്ണത്തടിയും ജഡത്വവും അദ്ദേഹത്തെ
യും തളർത്താൻ തുടങ്ങിയിരുന്നു.

നന്നേ ചെരിഞ്ഞു കിടന്നിരുന്ന കുന്നും മലകളും, അവയ്ക്കിടയിൽ
നൂലിഴപോലെ നേർത്ത് ആഴംകൂടിയ താഴ്‌വരകളും നിറഞ്ഞ ഒരു ഭൂപ്ര
ദേശമായിരുന്നു പാപ്പിൾവിക്. വടക്കിന്റെ മുഴുവൻ വ്യാവസായിക പ്രഭ
വകേന്ദ്രത്തിലേക്ക് വെറും ഇരുപത് മൈൽ മാത്രമായിരുന്നു അവിടെനി
ന്നുള്ള ദൂരം. എന്നിട്ടും ഇരുളും നിശ്ശബ്ദതയും കൂടിക്കലർന്ന ഒരു ജഡ
ത്വഭാവമായിരുന്നു പാപ്പിളിന്റെ സ്ഥായീഭാവം. കൽച്ചീളുകളും സന്താ
പവും ഇടകലർത്തി തേച്ചെടുത്ത പാപ്പിൾവിക് ഏകാന്തമായി തുടർന്നു.

പെൺകുട്ടികൾ വീണ്ടും പള്ളിയിൽ പോവാൻ തുടങ്ങി. പള്ളിക്കു
വേണ്ടി ചില ചെറിയ ജോലികൾ ചെയ്തുകൊടുക്കുകയും സ്ഥിരമായി
ക്വയറിൽ പങ്കുകൊള്ളുകയും ചെയ്തു അവർ. പക്ഷേ യ്‌വെറ്റി സൺഡേ
സ്കൂളിനോടും പെൺസൗഹൃദസഭയോടും ഹോപ്പ് ബാൻഡ്സ് ടീമി
നോടുമെല്ലാം വിലങ്ങനെ നിന്നു. അവയെല്ലാം ചില മുതിർന്ന പുരുഷ
ന്മാരുടെയും കൊച്ചമ്മമാരുടെയും വിലകുറഞ്ഞ സൃഷ്ടിപ്പാണെന്ന
വൾക്കു തോന്നി. പള്ളി ഉത്തരവാദിത്വങ്ങളിൽനിന്നും സ്വന്തം വീട്ടിൽത്ത
ന്നെയും യ്‌വെറ്റി പതിവായി അപ്രത്യക്ഷയായിത്തുടങ്ങി. ആരെങ്കിലു
മൊരു കപ്പ് ചായയോ ഭക്ഷണമോ നീട്ടിയാൽ വേലക്കാരുടെ വീട്ടിൽനി
ന്നായാൽപ്പോലും അവൾ സന്തോഷത്തോടെ വാങ്ങിക്കഴിച്ചു. ഈ
പ്രക്രിയ അവർക്ക് ആവേശംനൽകി.

മാസങ്ങൾ കഴിഞ്ഞു. ജെറിസോമർ കോട്സിന് അവളോടുണ്ടായി
രുന്ന അഗാധപ്രണയം തുടർന്നു. ആ ലിസ്റ്റ് നീണ്ടു. മില്ലുടമകളുടെയും
കൃഷിക്കാരുടെയും മക്കൾ ആ ലിസ്റ്റിന്റെ നീളം വല്ലാതെ കൂട്ടി.
യ്‌വെറ്റിക്കിത് നല്ലൊരു സമയംതന്നെ. പാർട്ടികൾക്കും ഡാൻസ്ഷോ
കൾക്കും അവൾ പതിവായി പോയിത്തുടങ്ങി. അവളെത്തേടി കാറുക

ിലെത്താരുള്ള സുഹൃത്തുക്കൾ അവളുമൊത്ത് പ്രധാനഹോട്ടലുകളിൽ നൃത്തം ചവിട്ടി. ചിലസമയത്ത് പാലി എന്നുവിളിക്കുന്ന പാലസ് ദ ഡാസ് പോലുള്ള വമ്പൻ സങ്കേതങ്ങളിൽപ്പോലും.

എന്നിട്ടും യ്വെറ്റി പലപ്പോഴും ഹിപ്നോട്ടിസത്തിനു വിധേയയായ ഒരാളെപ്പോലെയായിരുന്നു. കൂടുതൽ ആഘോഷിക്കുന്നതിൽനിന്ന് കടി ഞ്ഞാണിടപ്പെട്ട യ്വെറ്റി അദൃശ്യമായ ചില ഊരാക്കുടുക്കുകളിൽ കുരു ങ്ങിക്കിടന്നു. മനസിന്റെ അടിത്തട്ടിൽനിന്ന് സഹിക്കാനാവാത്ത ചില എരി ച്ചിലുകളും അസ്വസ്ഥതകളും അവളെ പുളച്ചു. അതിനെ വെറുക്കുകയും പുറത്തു വരരുതെന്നാഗ്രഹിക്കുകയും ചെയ്യുമ്പോഴൊക്കെ സ്ഥിതി കൂടു തൽക്കൂടുതൽ വഷളായി. അതെപ്പോഴാണ് മുളച്ചുപൊങ്ങുന്നതെന്ന് സത്യത്തിൽ യ്വെറ്റിക്കറിയില്ലായിരുന്നു.

വീട്ടിലെ യ്വെറ്റി കൂടുതൽ അരക്ഷിതയും മുൻശുണ്ഠിക്കാരിയു മായിരുന്നു. കാരണമില്ലാതെ തന്നെ സിസി അമ്മായിയോട് അവൾ വലിയ ശബ്ദത്തിൽ കയർത്തു. പലപ്പോഴും യ്വെറ്റിയുടെ മുൻശുണ്ഠി വലി യൊരു കുടുംബവിഷയമായി മാറി.

കൂടുതൽ പ്രായോഗികവാദിയായിരുന്ന ലൂസില്ലെ ഫ്രഞ്ചും ഷോർട്ട്ഹാൻഡും അറിയാവുന്ന ഒരു പ്രൈവറ്റ് സെക്രട്ടറിയെ തേടിയി രുന്ന ഒരാൾക്കുവേണ്ടി നഗരത്തിൽ പോയി ജോലിചെയ്യാൻ തുടങ്ങി. അങ്കിൾ ഫ്രെഡിനൊപ്പം ഒരേ വണ്ടിയിൽ വന്നുപൊയ്ക്കൊണ്ടിരുന്നിട്ടും അവരൊരിക്കലും ഒരുമിച്ചു യാത്രചെയ്തില്ല. പോരെങ്കിൽ ഫ്രെഡ് സ്റ്റേഷ നിലേക്ക് നടന്നു തുടങ്ങുമ്പോഴേക്കും ലൂസില്ലെ തന്റെ സൈക്കിളിൽ സ്റ്റേഷനിലെത്തി.

ആസ്വാദ്യകരമായൊരു സാമൂഹികജീവിതമാണ് തങ്ങൾക്കില്ലാത്ത തെന്ന് ലൂസില്ലെക്കും യ്വെറ്റിക്കും തോന്നി. ഇപ്പോഴത്തെ കുടുംബാന്ത രീക്ഷം സുഹൃത്തുക്കൾക്കുപോലും അസാധ്യമായിട്ടുള്ള ഒന്നാണ്. താഴത്തെ നിലയിൽ നാലുമുറികളാണ് ഉണ്ടായിരുന്നത്. അങ്ങേയറ്റം അതൃപ്തരായിരുന്ന രണ്ട് വേലക്കാരികൾ സദാ അടുക്കളയിൽത്തന്നെ കഴിഞ്ഞു. ഇരുണ്ട ഊണുമുറിയായിരുന്നു റെക്ടറിന്റെ വായനാമുറി. ലിവിങ്റൂം എന്നോ ഡ്രോയിങ്റൂം എന്നോ വിളിക്കാവുന്ന ഏറെക്കുറെ വലിയ ഒരു ഹാൾ. ഡൈനിങ് റൂമിൽ ഗ്യാസ് അടുപ്പായിരുന്നു സദാ എരിച്ചുകൊണ്ടിരുന്നത്. ലിവിങരൂമിൽ നല്ലൊരു ചൂടൻ അടുപ്പും. അത് മാതറിന്റെ സാമ്രാജ്യമായിരുന്നു.

ലിവിങ്റൂം എന്ന വലിയ ഹാളിൽ കുടുംബം ഒരുമിച്ചുകൂടി. വൈകു ന്നേരങ്ങളിലും രാത്രി ഭക്ഷണത്തിനുശേഷവും മാതർ റെക്ടറിനോടും അങ്കിൾ ഫ്രെഡിനോടുമൊപ്പം ഇവിടെയിരുന്ന് ഒരുപാട് സമയം പദ പ്രശ്നം കളിച്ചു. പദപ്രശ്നങ്ങളിൽ റെക്ടർ അതിശയകരമായും അതി സമർഥനായിരുന്നു. ഫ്രെഡിന് ചില സാങ്കേതിക പദങ്ങൾ മാത്രമേ അറി ഞ്ഞിരുന്നുള്ളൂ.

"മാതർ റെഡിയല്ലേ? – എൻ... ഡബ്ളിയു.. ഒരു സയാമീസ് ഉദ്യോ
ഗസ്ഥൻ"

"എം.. ഡബ്ളിയു" മാതറിന് ചെവി വളരെ പതുക്കെയായിത്തുട
ങ്ങിയിരിക്കും."

"അല്ല എൻ... ഡബ്ളിയു.. ഒരു സയാമീസ് ഉദ്യോഗസ്ഥൻ"

"എം.. ഡബ്ളിയു.. ഒരു ചൈനീസ് ഉദ്യോഗസ്ഥൻ."

"സയാമീസ്"

"ഏ?"

"സയാമീസ്, സയാ"

ഉരുണ്ട വയറിൽ കൈകളമർത്തിവെച്ച് മാതർ ചിന്തിച്ചു.

"ഒരു സയാമീസ് ഉദ്യോഗസ്ഥൻ, എന്താവുമത്?"

"ഇത് ഉടയാത്തൊരു കാരിരുമ്പിൻ കനിതന്നെ" മുത്തശ്ശി തോൽവി
സമ്മതിച്ചു.

ഈ സമയമത്രയും വായിക്കുകയാണെന്നഭിനയിച്ചുകൊണ്ട് വിരൽമു
ഴുവൻ ചെവിയിൽ തിരുകി ലൂസില്ലെ ഒരു മൂലയിലിരിക്കുകയായിരുന്നു.
യ്വെറ്റി വെറുപ്പോടെ ചില ചിത്രങ്ങൾ വരയ്ക്കുകയോ ശല്യപ്പെടുത്തു
ന്നത്ര ഉച്ചത്തിൽ പാട്ടുപാടിക്കൊണ്ട് ആ മഹോത്സവത്തെ താറുമാറാ
ക്കാൻ കിണഞ്ഞു ശ്രമിക്കുകയോ ചെയ്തു.

സിസി അമ്മായി ഏതാനും ചോക്ളേറ്റുകളെടുത്ത് തന്റെ മോണ
യ്ക്ക് നല്ലൊരു പണികൊടുത്തു. ചോക്ളേറ്റും പാരീഷ് മാഗസിനുകളും
അവർ ഇടകലർത്തി നുണഞ്ഞുകൊണ്ടിരുന്നു. അൽപ്പസമയത്തിനകം
അവർ മുഖമുയർത്തി. മുത്തശ്ശിയുടെ ഹോർലിക്സിനുള്ള സമയമായി
രുന്നു. അസഹ്യതയോടെ അവർ എഴുന്നേറ്റുപോയി. യ്വെറ്റി അടച്ചിട്ട
ജനൽപ്പാളികൾ വിടർത്തിവെച്ചു. അവൾക്കെപ്പോഴും അവിടമാകെ ദുർഗ
ന്ധമുള്ളതായിത്തോന്നി, ഗ്രാനിയുടെ ഗന്ധം. മുത്തശ്ശിയാണെങ്കിൽ
കേൾവി അപ്പാടെ കുറഞ്ഞു പോയിട്ടും ഒരു ദുർബുദ്ധിയായ കീരിയെ
പ്പോലെ കേൾക്കാത്ത ശബ്ദങ്ങൾ പതിയിരുന്ന് കടിച്ചു പുറത്തിട്ടു.

"യ്വെറ്റി, നീ ജനലുതുറന്നു അല്ലേ, നിന്നെക്കാളും പ്രായക്കൂടുത
ലുള്ളവർ ഇവിടെയിരിക്കുന്നുണ്ടെന്ന ചെറിയൊരോർമയെങ്കിലും നിന
ക്കുണ്ടാവുമെന്ന് കരുതി"– മുത്തശ്ശിയുടെ ശബ്ദം.

"ഭീകരം, സഹിക്കാൻ കഴിയില്ല. നാളെ ഞങ്ങൾക്കെല്ലാവർക്കും പനി
പിടിച്ചാലും അതിശയിക്കേണ്ടതില്ല."

"ഈ റൂമിന് ആവശ്യത്തിലധികം വലിപ്പമുണ്ടെന്നാണെന്റെ വിശ്വാ
സം, പോരാത്തതിന് വലിയൊരു തീക്കുണ്ഡം എരിയുന്നുമുണ്ട്."

"ഞങ്ങളെ മുഴുവൻ കൊല്ലാനാണീ തണുത്ത കൊടുംകാറ്റ്."

"കൊടുംകാറ്റല്ല" യ്വെറ്റി അലറി. "അൽപ്പം ശുദ്ധവായു."

"ശരിയാ." വൃദ്ധ അമർത്തിമുളി.

ഒന്നുംമിണ്ടാതെ മെല്ലെ നടന്നുചെന്ന് റെക്ടർ കൊളുത്തുകൾ വലി

ച്ചടച്ചു. യ്‌വെറ്റിയെ വഴക്കുപറയാൻ അയാൾക്ക് ഇഷ്ടമില്ലായിരുന്നു. അവ
ളുടെ മുഖത്തുനോക്കാതെ അയാൾ തലകുനിച്ച് തിരിച്ചുവന്നു. പക്ഷേ,
തീർച്ചയായും അവൾ വേണ്ടതും വേണ്ടാത്തതും തിരിച്ചറിയേണ്ടിയിരി
ക്കുന്നു. റെക്ടറിലെ പിതാവ് അസ്വസ്ഥനായി.

മുത്തശ്ശി ഒരു കപ്പ് ഹോർലിക്സ് കുടിച്ച് ഉറങ്ങുംവരേക്കും ചെകു
ത്താൻ നേരിട്ട് രൂപകൽപ്പന ചെയ്ത ആ പദപ്രശ്ന മഹോത്സവം
തുടർന്നുകൊണ്ടേയിരുന്നു.

തുടർന്ന് ആചാരപൂർവം എല്ലാവരോടും ശുഭരാത്രി പറഞ്ഞ് മുത്തശ്ശി
ഉറങ്ങാൻ പോവാൻ തുടങ്ങുകയാണ്. എല്ലാവരും എഴുന്നേറ്റുനിന്നു.
പെൺകുട്ടികൾ എഴുന്നേറ്റ് അന്ധയായ ആ വൃദ്ധയിൽനിന്ന് ചുംബന
മേൽക്കാൻ പോയി. റെക്ടർ അവർക്ക് കൈകൊടുത്തു. ഒന്നും മിണ്ടാതെ
ഒരു മെഴുകുതിരി പിടിച്ച് സിസി അമ്മായി മുത്തശ്ശിയെ പിന്തുടർന്നു.

സമയം രാത്രി ഒൻപത് മണിയായിട്ടേ ഉണ്ടായിരുന്നുള്ളൂ. കിടക്ക
യിൽ മലർന്നുകിടന്നാലും സിസി അമ്മായി എത്തുംവരെ മുത്തശ്ശിക്ക്
ഉറങ്ങാനാവുമായിരുന്നില്ല.

"നിനക്കറിയുമോ, ഞാനൊരിക്കലും ഒറ്റയ്ക്കുറങ്ങിയിട്ടില്ല." മുത്തശ്ശി
പറഞ്ഞു.

"നീണ്ട 54വർഷം പീറ്ററിന്റെ കരവലയത്തിലായിരുന്നു എന്റെ ഉറ
ക്കം. അദ്ദേഹം പോയതിനുശേഷം ഒറ്റയ്ക്കുറങ്ങാൻ ശ്രമിച്ച് പലപ്പോഴും
ഞാൻ കണ്ണടച്ചുകിടന്നു. ഹൃദയമിടിപ്പ് ഉറക്കെയാവുകയും ഞാൻ വല്ലാ
ത്തൊരു ഭീകരാവസ്ഥയിൽ കുടുങ്ങിപ്പോവുകയും ചെയ്യുന്നു. പേടിപ്പെ
ടുത്തുന്ന വല്ലാത്തൊരവസ്ഥ തന്നെയാണത്. എന്നെ ആദ്യമെടുത്തോ
ളാൻ എത്രതവണ പ്രാർഥിച്ചിട്ടും അവർ പീറ്ററിനെ കൊണ്ടുപോയി.
പക്ഷേ, എന്റെ അവസ്ഥ! പീറ്ററിനാണെങ്കിൽ ഇത്രപോലും സഹിക്കാൻ
അദ്ദേഹത്തിനാവില്ല". വെറുപ്പോടെയാണെങ്കിലും സിസി അമ്മായി പതി
വായി മുത്തശ്ശിയുടെ കൂടെ ഉറങ്ങാൻ കിടന്നു. അവർക്കൊരിക്കലുമവിടെ
കിടന്ന് കണ്ണടയ്ക്കാനായില്ല. അതോടെ വീട്ടിലെ ഭക്ഷണത്തിന്റെ അവ
സ്ഥ അതിദയനീയമാവുകയും സിസി അമ്മായി കൂടുതൽ ചാരനിറമാ
വുകയും ചെയ്തു. വൈകാതെ അവർക്കൊരോപ്പറേഷൻ വേണ്ടിവന്നു.

മാതർ എന്നത്തേയുംപോലെ നട്ടുച്ചയ്ക്കുമാത്രം ഉണർന്നെണീറ്റു.
നരച്ചുവെളുത്തുപോയ അവരുടെ മുടിക്കെട്ട് തീരെ കനം കുറഞ്ഞുപോ
യിരുന്നു. ചുവന്ന, വിറച്ചുതുടങ്ങിയ മുഖത്ത് നിവർത്തി നിർത്തിയിരുന്ന
ഭീകരമായൊരധികാര ഭാവത്തോടെ മാതർ ഭക്ഷണമേശയ്ക്കരികിലെ
തന്റെ വലിയ കസേരയിൽ ചാഞ്ഞിരുന്നു. ഉയർന്ന പുരികക്കൊടികൾക്കു
കീഴെയുള്ള നീലിച്ച കൃഷ്ണമണികൾ കാഴ്ചയ്ക്കുവേണ്ടി നിർത്താതെ
പരതിക്കൊണ്ടിരുന്നു. ഉന്തിനിൽക്കുന്ന വയറുതാങ്ങി, ഭക്ഷണം ചവച്ചു
കൊണ്ടിരിക്കുന്ന മാതർ ആകെ ഭംഗികെട്ടു പോയിരിക്കുന്നു. ഭക്ഷണ
ത്തിനുശേഷം ആ പഴകിയ ദുർമേദസിൽനിന്ന് പതിവായി സംതൃപ്തി

യുടെ ഓക്കാനം ഇരമ്പങ്ങളുണ്ടാക്കി. ശാരീരികാവശതയിൽ തകർന്നു പോവരുതെന്നു കരുതിയിട്ടെന്നപോലെ അവർ തന്റെ നെഞ്ച് അമർത്തി പ്പിടിച്ചുകൊണ്ടിരുന്നു.

ദുർഭരണം പോലെ മുത്തശ്ശിയുടെ ദുർമേദസും കുട്ടികളുടെ മന സിൽ അസ്വസ്ഥതയുണ്ടാക്കി. തങ്ങളുടെ പ്രിയപ്പെട്ട സുഹൃത്തുക്കളു മായി കടന്നുവരുമ്പോഴൊക്കെ അതിഥിമുറിയുടെ പ്രധാനഭാഗത്തിരുന്ന് ആ വലിയ ഇറച്ചിത്തുണ്ടം എല്ലാവരുടെയും ശ്രദ്ധയാകർഷിക്കുന്നുവെന്ന് അവർ കരുതി. സിസി അമ്മായിയുടെ സംരക്ഷണയിൽ ചടഞ്ഞിരുന്ന ആ വൃദ്ധയ്ക്കു മുമ്പിൽ തങ്ങളുടെ സുഹൃത്തുക്കളെ നേരിട്ട് പ്രദർശി പ്പിക്കേണ്ടിവന്നു അവർക്ക്. കുട്ടികളുടെ സുഹൃത്തുക്കളുടെ മുമ്പിൽ വിശാലമായ മര്യാദ കാണിച്ചു. ഇത്തരം കൂടിച്ചേരലുകൾ അങ്ങേയറ്റം ആസ്വദിച്ചു, ആ വൃദ്ധ. ആരെല്ലാമാണ് ഓരോരുത്തരും, എവിടെനിന്നു വരുന്നു, എങ്ങനെ ജീവിക്കുന്നു, എല്ലാം മാതരിനറിയണമായിരുന്നു. മാതർ അതെല്ലാം ചിക്കിച്ചികഞ്ഞു. അവരുമായി സംഭാഷണം തുടങ്ങു ന്നതിന് അവസരം പരതിനടന്നു. അതോടെ കുട്ടികൾക്ക് ദേഷ്യം വന്നു തുടങ്ങി.

ഈ ബുദ്ധിമുട്ടുകൾ സഹിക്കുന്നതിനിടയ്ക്ക് മിസിസ് സേവെലി നെ ഓർത്ത് അവരാശ്ചര്യപ്പെട്ടുപോയി.

"മിസിസ് സേവെൽ വല്ലാത്തൊരത്ഭുതം തന്നെ" യ്‌വെറ്റി പറഞ്ഞു.

"വെറും പത്തൊൻപത് വയസിൽ ജീവിതത്തോട് അവളെത്ര ത്തോളം ഉന്മത്തയായി. ജീവിതം ജീവനുകൾ തമ്മിലുള്ള വിളക്കലും പൊട്ടിക്കലുമാണെങ്കിൽ അവളതിനോട് സത്യസന്ധമായി കുറുപു ലർത്തുക മാത്രമായിരിക്കണം ചെയ്‌തത്"

"പക്ഷേ അവർ പശ്ചാത്തപിച്ചുകാണും. പത്തൊൻപത് വയസിൽ എങ്ങനെയാണ് മനസിനിത്ര വ്യക്തതയുണ്ടായത്?"

"മുത്തശ്ശിയാണെങ്കിലോ അവരും കരുതിക്കൂട്ടി ശല്യമുണ്ടാക്കുക യല്ല. അവർക്കു കിട്ടിയ അവരവരുടെ വഴിയിലൂടെ വെറുതെ നടന്നുപോ വുന്നു. വൃദ്ധയും തങ്ങൾക്കു കിട്ടിയ മാർഗം നടന്നുതീർക്കുകയും ചെയ്യുന്ന ഒരാളെ കുറ്റപ്പെടുത്താൻ തുനിഞ്ഞതാണ് കുറ്റം."

യ്‌വെറ്റി പശ്ചാത്തപിച്ചു, നല്ലത്.

മുത്തശ്ശിയുടെ കുട്ടിക്കാലത്ത് അവർ താമസിച്ചിരുന്ന ബക്കിങ്ഹം ഷെയറിനെക്കുറിച്ച് മാതർ പറഞ്ഞത് യ്‌വെറ്റി ഓർമിച്ചു. വാക്ചാതുരി കൊണ്ട് ഇത്രത്തോളം നേരംപോക്കുണ്ടാക്കാൻ കഴിയുന്ന അവർക്ക് നമ്മെ അത്ഭുതപ്പെടുത്താനാവുമെന്നു തീർച്ച.

അന്ന് ഉച്ചകഴിഞ്ഞ് 'എല്ലാ'യും ബോബ്ഫ്രാങ്കിയും ടോട്ടിയും ലിയോ വെതരെല്ലിനെയും കൂട്ടി റെക്ടറുടെ വീട്ടിലെത്തി. മുത്തശ്ശി ഒരു വെളു ത്തതൊപ്പിയിട്ട് ഹാളിൽ ചൂടുകാഞ്ഞിരിക്കുകയായിരുന്നു. കുട്ടികൾ സുഹൃത്തുക്കളെ ആ വലിയ ഹാളിലേക്ക് ക്ഷണിച്ചിരുത്തി.

"മുത്തശ്ശീ, ഞാൻ വെതരാൾ" ലിയോ മുത്തശ്ശിയുടെ ശ്രദ്ധതിരിച്ചു.

"ക്ഷമിക്കണം, എനിക്കു കാതുകമ്മിയാണ്." മുത്തശ്ശി കണ്ണുവിടർത്തി. പ്രസരിപ്പുള്ള ആ യുവാവിനു നേരെ കൈനീട്ടി എങ്ങോട്ടോ ഉറ്റുനോക്കിക്കൊണ്ട് മുത്തശ്ശി നിശ്ശബ്ദയായിരുന്നു.

"നിങ്ങൾ ഹാരിഷിൽ നിന്നാണോ?" മുത്തശ്ശി ചോദിച്ചു.

ലിയോ ഉച്ചത്തിൽ ഒച്ചയിട്ടു പറഞ്ഞു, "അല്ല ഡിനിങ്ടണിൽ നിന്ന്"

"നാളെ ഞങ്ങൾക്ക് ബോൺസൽഹെഡ് വരെ ഒരു പിക്നിക് പോകണമെന്നുണ്ട്, ലിയോയുടെ കാറിൽ." എല്ലാ ചെറിയ ശബ്ദത്തിലാണ് പറഞ്ഞത്.

"ബോൺസൽ ഹെഡിലേക്കോ?"

"അതെ." അൽപ്പനിമിഷം എല്ലാവരും നിശ്ശബ്ദരായി.

"കാറിലോ?"

"അതെ, മി. വെതറെല്ലിന് കാറുണ്ട്."

"റോഡൽപ്പം പിശകുള്ളതാണ്. നിങ്ങളുടെ സുഹൃത്ത് ഒരു നല്ല ഡ്രൈവർ തന്നെയല്ലേ?" മുത്തശ്ശി ചോദിച്ചു.

"അതെ, നല്ല ഡ്രൈവറാണ്."

"എന്ത്? നല്ല ഡ്രൈവറല്ലേ?"

"തീർച്ചയായുമതേ."

"നിങ്ങൾ ബോൺസൽഹെഡിൽ പോവുമെങ്കിൽ എനിക്ക് ലേഡി ലോത്തിനെ ഒരു കാര്യം അറിയിക്കണമെന്നുണ്ട്." മാതർ പറഞ്ഞു. മുത്തശ്ശിക്ക് ഈ ശല്യക്കാരി ലോത്തുമായി വല്ലാത്തൊരു ആത്മബന്ധമുണ്ട്.

"ഞങ്ങൾ ആ വഴിയല്ല പോകുന്നത്." യ്‌വെറ്റി വിലപിച്ചു.

"പിന്നെ ഏതുവഴി? ഹീനർ വഴിയാണ് നിങ്ങൾക്കു പോവേണ്ടത്."

പിന്നീടൊരിക്കൽ ബോബ് സൂചിപ്പിച്ചതുപോലെ എല്ലാവരും സ്റ്റഫ് ചെയ്യപ്പെട്ട വാത്തുകളെപ്പോലെ അവരവരുടെ കസേരകളിൽ അറിയാതെ അമർന്നിരുന്നുപോയി. എല്ലാംകഴിഞ്ഞ് സിസി അമ്മായി കയറിവന്നു. കൈയിൽ ചായക്കപ്പുകളുമായി ഒരു വേലക്കാരിയും. അനശ്വരവും ഉറവിടം വറ്റിവരളാത്തതുമായ ബേക്ക്ഡ് കേക്കുകൾ പതിവുപോലെ കൊണ്ടുവന്നുവെച്ചു. അൽപ്പം കഴിഞ്ഞപ്പോൾ ബേക്കറിയിൽ നിന്നിപ്പോൾ വരുത്തിച്ച ചെറിയകേക്കുകൾ നിറച്ച ഒരു പ്ലേറ്റും. മുത്തശ്ശിയുടെ ചായ സമയമായതോടെ ആ വലിയ ചാരുകസേരയുടെ ആട്ടംനിലച്ചു. സിസി അമ്മായിയുടെ തോളിൽച്ചാഞ്ഞ് മാതർ ഡൈനിങ് ടേബിളിലേക്ക് പോവുന്നതുകണ്ട് അറിയാതെ അതിഥികളെല്ലാം എഴുന്നേറ്റു നിന്നു.

ഇതിനിടെ ജോലികഴിഞ്ഞ് ലൂസില്ലെ എത്തി. അവളുടെ കണ്ണിനു ചുറ്റും ഇരുണ്ടവലയങ്ങൾ വന്നുതുടങ്ങിയിരുന്നു. വിരുന്നുകാരെ കണ്ടതും അവൾ ഉച്ചത്തിൽ കൂകിവിളിച്ചു.

ഒച്ചയും ആരവവും ഒന്നുകുറഞ്ഞു.

"വെതറെല്ലിന്റെ കാര്യം എന്നോടിതുവരെ പറയാതിരുന്നതെന്താണ് ലൂസില്ലേ?" മുത്തശ്ശി ചോദിച്ചു.

"ഓ, ഞാൻ മറന്നുപോയി" ലൂസില്ലെ പറഞ്ഞു.

"നീ അങ്ങനെ ചെയ്യരുതായിരുന്നു. നിന്റെ സുഹൃത്തുക്കളെ ഞാനും അറിയണ്ടേ?"

അശ്രദ്ധയോടെ യ്വെറ്റ ഒരു കേക്കുകൂടി കൈയിലെടുത്തു. പാത്രം കാലിയായി. യ്വെറ്റയുടെ ഇത്തരം അബദ്ധങ്ങൾ എപ്പോഴും നോട്ടമിട്ടി രുന്ന സിസി അമ്മായിക്ക് കോപം അടക്കാനാവാതെയായി.

സ്വന്തം പാത്രത്തിൽ ഒരൊറ്റ കേക്കുമാത്രം വിളമ്പിയിരിക്കുകയാ യിരുന്ന സിസി അമ്മായി അങ്ങേയറ്റം വിനയഭാവത്തിൽ സൂചിപ്പിച്ചു.

"ഇതുകൂടി എടുത്തോളൂ."

"നന്ദി, വേണ്ടയെന്നുറപ്പുണ്ടെങ്കിൽ തരൂ." എന്ന് ദേഷ്യത്തോടെ പറഞ്ഞ് അവളതും സ്വന്തം പ്ലേറ്റിലേക്കെടുത്തിട്ടു. അതോടെ ഒരു കപ്പ് ചായ മാത്രം കൈവശമുണ്ടായിരുന്ന ലൂസില്ലെയ്ക്ക് പ്രേതസമാനമായ ഒരു വിളർച്ചവന്നു. ദേഷ്യത്തോടെയും മടുപ്പോടെയും സിസി അമ്മായി തുറിച്ചുനോക്കിയിരുന്നു.

നടന്നതൊന്നും അറിയാതെ കസേരയിൽ ചാഞ്ഞിരുന്നിരുന്ന മുത്തശ്ശി ഈ വമ്പൻ ചുഴലിക്കാറ്റിനു നടുവിലിരുന്ന് പറയാൻ തുടങ്ങി.

"നിങ്ങൾ നാളെ ബോൺസൽ ഹെഡിൽ പോവുമെങ്കിൽ ലേഡി ലോത്തിനെ ഒരു കാര്യമറിയിക്കൂ."

"ഓ" കാഴ്ചയില്ലാത്ത ആ വൃദ്ധയ്ക്ക് അതൃപ്തിയുടെ ഒരു നോട്ടം കൊടുത്തുകൊണ്ട് ലൂസില്ലെ മൂളി.

സന്ദർശകരുടെ ഇടയിലേക്ക് മുത്തശ്ശി പരിചയപ്പെടുത്തിയ പുതിയ കഥാപാത്രം ലേഡി ലോത്ത് ചാൾസ് രാജാവിന്റെ കുടുംബത്തിലെ പ്രധാ നിയായിരുന്നുവത്രെ, നന്നായി!!

"കഴിഞ്ഞവാരം അവളെനിക്ക് നല്ലൊരു സഹായം ചെയ്തു. ഡ്രൈവർ മുഖാന്തിരം ഒരു പദപ്രശ്നപുസ്തകം എനിക്കു കൊടുത്തു വിട്ടു."

"അപ്പോൾത്തന്നെ നിങ്ങളതിനു നന്ദി പറഞ്ഞില്ലേ?" യ്വെറ്റി ചോദിച്ചു.

"ഞാനവൾക്കൊരു കുറിപ്പ് കൊടുക്കാൻ പോവുകയാണ്"

"നമുക്കത് പോസ്റ്റ് ചെയ്യാം" ഇത്തവണ ഇടപെട്ടത് ലൂസില്ലെ ആയി രുന്നു.

"അതു ശരിയാവില്ല. ഞാനത് നിങ്ങളുടെ അടുത്ത് തന്നയയ്ക്കുക യാണ്. കഴിഞ്ഞതവണ ലേഡി ലോത്ത് വിളിച്ചപ്പോൾ..." മുത്തശ്ശി തുട ങ്ങിയിട്ടേ ഉണ്ടായിരുന്നുള്ളൂ.

വെള്ളത്തിനു മുകളിലെ മീൻകൂട്ടത്തെപ്പോലെ യ്വെറ്റിയും കൂട്ടരും അനക്കമില്ലാതിരുന്നു. കേക്ക് വിഷയത്തിലെ കോപം മനസിലടക്കിയി

രുന്ന, ഏറെക്കുറെ നിസ്സഹായയായിരുന്ന സിസി അമ്മായി ഇക്കാര്യത്തി ലിടപെടില്ലെന്ന് പെൺകുട്ടികൾക്കുറപ്പുണ്ടായിരുന്നു. ഏറ്റവും ദയനീയ മായ കാര്യം അവർ മുറിയിൽ പോയി പ്രാർഥിക്കാൻ തുടങ്ങി എന്നതാണ്.

കുറച്ചധികം സമയത്തിനുശേഷം യ്വെറ്റിയുടെയും ലൂസില്ലായു ടെയും സുഹൃത്തുക്കൾ പുറത്തുകടന്നു. പക്ഷേ, അപ്പോഴേക്കും രണ്ടു പെൺകുട്ടികളും തളർന്നുപോയിരുന്നു. പഴഞ്ചനും മാതൃത്വം കാണിക്കു ന്നതുമായ മാതറിന്റെ ഉള്ളിലെ കല്ലുപോലെ കട്ടിയായ മനോധൈര്യം അന്നാദ്യമായി യ്വെറ്റി തിരിച്ചറിഞ്ഞു. അറിയാതെ അവർ മാതറിന്റെ ചാരുകസേരയിൽ ചാഞ്ഞിരുന്നുപോയി. ചുവന്ന, നിർവികാരമായി ആടി ക്കളിക്കുന്ന ആ പഴഞ്ചൻ മുഖത്തോടെ, കല്ലുപോലെ ഉറച്ചുപോയ എന്തോ ഒന്ന് മുഖംമൂടിക്കടിയിൽ ഒളിപ്പിച്ചുവെച്ചുകൊണ്ട്. ഇങ്ങനെയൊ ക്കെയായിരുന്നു ഇളക്കംതട്ടാത്ത ആ അധികാരത്തിന്റെ സ്ഥായീ ഭാവം. വരാൻ പോകുന്ന ഏതുനിമിഷത്തിലും പ്രായം ദുർബലമാക്കിയ ആ കണ്ണുകൾ വിടരുമെന്ന്, തനിക്കുനേരെ ആ വായ് തുറക്കുമെന്ന് യ്വെറ്റി ക്കറിയാമായിരുന്നു. സ്വന്തം ജീവിതത്തോടും മറ്റുള്ളവരുടേതിനോടുള്ള അടങ്ങാത്ത ആർത്തിയിൽ ദാഹമടങ്ങുംവരെ അവർ ലിയോ വെതറെ ല്ലിനെ കുറിച്ച് അന്വേഷിക്കും. ഈയിടെ തോട്ടത്തിൽ കണ്ടെത്തിയ വയ സൻ പുഴിത്തവളയെ ഓർമവന്നു യ്വെറ്റിക്ക്. ഒരു തേനീച്ചക്കുടിന്റെ വക്കിൽ മുട്ടുമടക്കിയിരുന്ന് തുറന്ന വാ നടത്തുന്ന നിമിഷദൂരമുള്ള സ്നാപ്പുകളിൽപ്പെടുത്തി വയറുന്തുംവരെ അവറ്റകളെ തിന്നുനിറയ്ക്കുന്ന വയസൻ പുഴിത്തവള. പക്ഷേ, അന്ന് തോട്ടക്കാരനെ വിളിച്ചുവരുത്തി യ്വെറ്റി ആ തവളയെ വകവരുത്തിക്കളെഞ്ഞു.

# രണ്ട്

**അ**ടുത്തപകൽ ഏറെക്കുറെ മൂകമായിരുന്നു. ആഴ്ചകളായി പെയ്തൊലിച്ച മഴയിൽ കുതിർന്നുകിടന്ന റോഡുകൾ ഇരുട്ടിൽ ഭീകര തയുണ്ടാക്കി. യ്വെറ്റിയും ലൂസില്ലെയും മുത്തശ്ശിയുടെ കുറിപ്പടി കൈപ്പ റ്റാതെ തന്നെ അടുത്തയാത്ര പുറപ്പെട്ടു. പ്രാതലിനുശേഷം മുത്തശ്ശി ചെറു തായി പടികയറാറുള്ള സമയത്താണ് കുട്ടികൾ സൂത്രത്തിൽ കടന്നുക ളഞ്ഞത്. ഒരിക്കലും അവരോട് യാതൊരുപദ്രവവും ചെയ്തിട്ടില്ലാത്തൊരു പാവം സ്ത്രീ, ഒരു വലിയ ഡോക്ടറുടെ വിധവ, ലേഡി ലോത്ത് അവർക്ക് വല്ലാത്തൊരു ശല്യമായിത്തോന്നി. ആ ആറ് താന്തോന്നികൾ നവോന്മേഷത്തോടെ നിവർന്നിരുന്ന് ചെളിമൂടിയ നിരത്തിലൂടെ മുന്നോട്ടു പാഞ്ഞുപൊയ്ക്കൊണ്ടിരുന്നു.

സർവസ്വതന്ത്രരായിരുന്നു കാറിനുള്ളിലെ ഓമ്മൊരുത്തരും. ഇഷ്ട ത്തിനനുസരിച്ച് പ്രവർത്തിക്കാൻ രക്ഷിതാക്കളിൽ നിന്നനുവാദം വാങ്ങിയ

വരാണവർ. എന്നത്തേയുംപോലെ ചുറ്റിലും തകർക്കാൻ ചങ്ങലകളില്ല, ഉടക്കാൻ ഓടാമ്പലുകളില്ല, പൊളിക്കാൻ തടവറകളില്ല. ഓരോരുത്തരു ടെയും ജീവന്റെ താക്കോൽ അവരവരുടെ കൈവെള്ളയിൽ ഭദ്രമായിരു ന്നു. അതുകൊണ്ടുതന്നെ ഏറെ നിർജീവരായിരുന്നു എല്ലാവരും. അല സതയോടെ അവർ സീറ്റിൽ ചാഞ്ഞുകിടക്കുകമാത്രം ചെയ്തു.

ജീവിതത്തിലെ ചില കിളിവാതിലുകൾ തേടിപ്പിടിച്ച് തുറന്നിടുന്ന തിന് ഒരു ജയിൽപ്പൂട്ട് തകർത്തിടുന്നതിലും പ്രയാസമാണ്. അവരുടെ മനസിൽ ചെറിയനിരാശയുടെ നിഴൽ പരന്നിട്ടുണ്ട്. വയസായ ആ വൃദ്ധ യോട് അവിടെക്കിടക്ക്, ചാവ് എന്നൊന്നുമല്ല പറയേണ്ടത്. ശല്യങ്ങളു ണ്ടാക്കുമ്പോഴും അവർ മനഃപൂർവം ഒന്നും ചെയ്യുന്നില്ലെന്നു മനസിലാ ക്കുകയാണു മഹാകാര്യം. അവരെ വെറുക്കുന്നത് തെറ്റുതന്നെയാണ്.

അലസമായ ആ യാത്രമുഴുവൻ അവർ ചെറിയ ബീൻസ് വിത്തുക ളെക്കൊണ്ട് നിറച്ചു. അനുസരിക്കാതിരിക്കാൻ അവിടെ ഉത്തരവുകളി ല്ലായിരുന്നു. അതുകൊണ്ട് എന്തുചെയ്യണമെന്നവർക്കറിയാതെയായി. മറ്റു ള്ളവരുടെ കുറ്റവും കുറവുകളും കണ്ടെത്തി പറയാമെന്നു വെച്ചാൽത്ത ന്നെ അതും മഹത്തായൊരു ബോറടിയായിത്തീരും.

അവരാകെ ചെയ്ത ഉത്തരവുലംഘനം ലേഡീലോത്തിന് മുത്തശ്ശി തന്നയയ്ക്കണമെന്നു കരുതിയിരുന്ന കുറിപ്പടി കൊടുക്കാതിരിക്കലാണ്. അതിലവർക്കു കടുത്ത നിരാശയുണ്ടുതാനും. പക്ഷേ, ചാൾസ് രാജാ വിന്റെ കുടുംബപ്രധാനിയെ ഇനിയും പ്രോത്സാഹിപ്പിക്കാൻ താൽപ്പര്യ മില്ലാത്ത റെക്ടർ ഇതിനെ അനുകൂലിച്ചേക്കും.

അവസാനം വണ്ടിയിലുള്ളവർ അപകടം പിടിച്ചൊരു നേരംപോക്കു കണ്ടെത്തി. വഴിയിലുടനീളം അവർ ഒരു കലഹത്തിന്റെ മട്ടിലും കോല ത്തിലും പാട്ടുപാടിത്തുലച്ചു. മൂകമായ ഗ്രാമങ്ങളിലൂടെയുള്ള യാത്രയിൽ അവർ പാടിയത് പുതുപുത്തൻ കോമഡിഗാനങ്ങളാണ്. അൽപ്പം കഴി ഞ്ഞപ്പോൾ വഴിയരികിലെ ഒരു വലിയ പാർക്കിനരികിലൂടെ കാർ കട ന്നുപോയി. മനുഷ്യരുമായുള്ള ചങ്ങാത്തം കൊതിക്കുന്നതുപോലെ റോഡിനോടു ചേർന്ന ഓക്കുമരങ്ങൾക്കു കീഴെ ചെറിയമാനുകളും യൂറേ ഷ്യൻമാനുകളും കൂട്ടംകൂട്ടമായി വിശ്രമിക്കുന്നു. സമയം നട്ടുച്ചകഴിഞ്ഞി രുന്നതിനാൽ ഒച്ചയും ആരവവും കുറഞ്ഞ സ്വച്ഛന്ദമായൊരു നിശ്ശബ്ദത യായിരുന്നു അവിടെയെങ്ങും. അവയെക്കണ്ടതും യ്വെറ്റി കാർ നിർത്താ നാവശ്യപ്പെട്ടു. ഭയലേശമില്ലാതെ വലിയ മാൻകണ്ണുകൾ റഷ്യൻബൂട്ട്സ ണിഞ്ഞ് പുൽമേടുകടന്ന് നടന്നുവരുന്ന യ്വെറ്റിയെയും ലുസില്ലയെയും തന്നെ നോക്കിക്കൊണ്ടിരുന്നു. കനംകൂടിയ കൊമ്പുകാരണം ആൺമാ നുകളിലൊന്ന് തലപിന്നിലേക്ക് തിരിച്ച് ചെറുതായൊന്നോടി. എന്നാൽ പെൺകുട്ടികൾ വളരെ അടുത്തെത്തും വരെയും മാൻകുട്ടികളോടൊത്ത് തണലിൽ കിടന്നിരുന്ന വലിയ ചെവിക്കാരി പെൺമാൻ എണീറ്റതേയില്ല. പിന്നെ പുള്ളിനിറഞ്ഞ ദേഹത്തുനിന്നും വാലൽപ്പം ഉയർത്തി ചെറുതാ യൊരോട്ടം, കുട്ടികൾ പിന്നാലെയും.

"എന്തുഭംഗി അല്ലേ?" യ്‌വെറ്റി സന്തോഷിച്ചു.

"വല്ലാതെ തണുത്ത ഈ പുൽമേട്ടിൽ എങ്ങനെയാണിവയ്ക്ക് കിട ക്കാനാവുന്നത്?"

"മരത്തിനു കീഴെയുള്ള പുൽമേട് ഉണങ്ങിക്കിടക്കുകയാണ്" ലൂസി ല്ലെ പറഞ്ഞു.

യ്‌വെറ്റി കുനിഞ്ഞ് അതുതൊട്ടുനോക്കി. "ശരിയാണ്, ഒരു ഇളം ചൂടുണ്ടതിന്." അൽപ്പമകലെയായി മധ്യാഹനമുകതയിൽ മാൻകൂട്ടം അന ക്കമില്ലാതെ നിൽപ്പുറപ്പിച്ചിട്ടുണ്ടായിരുന്നു.

മലഞ്ചെരിവുകൾക്കുമപ്പുറത്ത് ഒരു നീളൻപാലത്തിനു ചുവടെ തുള്ളിയൊഴുകുന്ന പുഴ, അരികിൽ നീലച്ച പുകവിടുന്ന ഒന്നുരണ്ടു ചിമ്മി നികളോടു കൂടിയ യൂറോപ്യൻ ഡ്യൂക്കിന്റെ വലിയസൗധം. പിറകിൽ പർപ്പിൾ നിറത്തിൽ ഇടതൂർന്ന മരക്കൂട്ടങ്ങൾ.

രോമക്കുപ്പായത്തിന്റെ കോളറുകൾ കാതുവരേക്കും പൊക്കി നിർത്തി, കൈകൾ നിവർത്തിയിട്ട് നിറഞ്ഞ നിശ്ശബ്ദതയിൽ അവർ ചുറ്റും വീക്ഷിച്ചു. വലിയ റഷ്യൻബൂട്ടുകൾ പുൽമേടുകളുടെ മരവിപ്പിക്കുന്ന നന വിൽനിന്നും അവരെ രക്ഷപ്പെടുത്തി. താഴെ വലിയൊരു വീട് ചാരനി റവും ക്രീംനിറവും ഇടകലർന്ന് സമചതുരാകൃതിയിലാണ്. അടുത്തു തന്നെയുള്ള പഴക്കം വന്ന മരങ്ങളുടെ ചോടുകളിൽ മാൻകൂട്ടം ചിതറി നടന്ന് പുല്ലുമേഞ്ഞു. കണ്ടാൽ വല്ലാതെ ദുഃഖിതരാണെന്നു തോന്നുന്ന മാനുകൾ നിശ്ചലരായി നിന്നു.

"ആ വലിയ സൗധത്തിലെ ഡ്യൂക്ക് ഇപ്പോളെവിടെയാവും" എല്ല ചോദിച്ചു.

"എവിടെയായായാലും ഇവിടെയുണ്ടാവാൻ സാധ്യതയില്ല. പുറംരാജ്യ ങ്ങളിലെവിടെയോ പോയിരിക്കാം."

റോഡിൽനിന്ന് ഉച്ചത്തിലുള്ള ഹോൺ ശബ്ദം കേൾക്കുന്നുണ്ടാ യിരുന്നു. ലിയോ ഉറക്കെ വിളിച്ചുപറഞ്ഞു: "സുഹൃത്തുക്കളേ, നമുക്ക് ബോൺസൽ ഹെഡ്നു മുകളിൽ എത്തുകയും തിരിച്ചിറങ്ങി അംബർ ഡേലിൽനിന്ന് ചായകഴിക്കുകയും വേണമെങ്കിൽ ഇപ്പോഴേ യാത്രതിരി ക്കണം."

മരവിച്ചകാലും തൂക്കി അവരുടെ യാത്രതുടർന്നു.

മൂകമായൊരു പള്ളിയും വലിയ ഗേറ്റും കടന്ന് പാലത്തിലൂടെ കൽച്ചീളുകൾ നിറഞ്ഞ വുഡ്‌ലൈൻസ് ഗ്രാമത്തിലേക്ക് കാർ മെല്ലെ പ്രവേശിച്ചുകഴിഞ്ഞു. ഈ ഗ്രാമത്തിൽനിന്നാണ് പുഴ തിമിർത്തൊഴുകി ക്കൊണ്ടിരിക്കുന്നത്. പിന്നെ ഏറെനേരം ചെളിയും ഇരുട്ടും ഈർപ്പവും മൂടിയ നിരത്തിലൂടെ അവർ കയറിയിറങ്ങി. ഇടതൂർന്ന മരങ്ങൾക്കും ഒഴു കുന്ന പുഴയ്ക്കുമിടയിലൂടെ കാറോടിക്കയെറി. ലിയോ ഗിയർ മാറ്റി. കാർ മലകയറാൻ തുടങ്ങിയിരുന്നു. വെളുത്തുനരച്ച ചെളിയിലൂടെ വളഞ്ഞു പുളഞ്ഞ് കാർ മലയോരത്തെ ബോൾഫ്ഹിൽ ഗ്രാമത്തിലേക്ക് കടക്കുക

യാണ്. ചുറ്റും പഴയ നിരത്തുകൾ. പണ്ട് ചായയുടെയും കേക്കുകളു ടെയും മണം നിറയ്ക്കുമായിരുന്ന കുടിലുകൾ താണ്ടി കാർ കയറ്റം കയ റിക്കൊണ്ടിരുന്നു. മുറിഞ്ഞ ചെരിവുകൾ കൂടിച്ചേരുന്ന റോഡുകളിൽ മര ങ്ങൾ ചാഞ്ഞുകിടക്കുന്നു. മരങ്ങളില്ലാതെ ചെറിയ കല്ലുവാതിലുകൾ നിറ ഞ്ഞിട്ടാണ് മലയുടെ മുകൾഭാഗം. അവർ കുന്നിൻമുകളിൽ എത്തിത്തു ടങ്ങി. റോഡിനിരുവശത്തും പുല്ലുനിറഞ്ഞിരുന്നു. കൽച്ചീലു നാട്ടിയ മതി ലുകൾ വളഞ്ഞുകിടക്കുന്ന മലമുകൾ. ഏറ്റവും മുകളിൽ ആകാശം. ആകാശത്തെ തൊട്ടുതൊട്ടില്ലെന്ന മട്ടിൽ കാർ ചീറിപ്പാഞ്ഞു.

"ഒരുനിമിഷം വണ്ടി നിർത്തിയാലോ?" ലിയോ അന്വേഷിച്ചു.

"വേണം." പെൺകുട്ടികൾ ഒച്ചവെച്ചു.

പരിചിതമായ പ്രദേശമായിട്ടും അവർക്ക് പുറത്തിറങ്ങാതിരിക്കാനാ യില്ല.

കൈവെള്ളയോട് കൂടുന്ന കൈവിരൽ സന്ധിപോലെയായിരുന്നു മലനിരകൾ. നീളൻമലകളെ വേർപെടുത്തുന്ന താഴ്വരകൾക്കിടയിൽ ചെങ്കുത്തായി കൂർത്ത ഇരുട്ട്. താഴെ ഒരു തീവണ്ടി വടക്കുഭാഗത്തേ ക്കോടി പൊയ്ക്കൊണ്ടിരിക്കുന്നു. കീഴ്ഭാഗത്ത് കാണാവുന്ന കാഴ്ചയിൽ വളരെ ചെറിയ ഒരു വസ്തു. എഞ്ചിൻശബ്ദം മലമുകളറ്റം വരെ പ്രതി ധ്വനിച്ചു. പിന്നെ പതിവുപോലെ ദൂരെയേതോ കുറിയിൽനിന്ന് പൊട്ട ത്തെറി ശബ്ദം.

ലിയോക്ക് എപ്പോഴും തിരക്കുണ്ടായിരുന്നു.

"പോവാം" ലിയോ അവരെ കാറിനടുത്തേക്ക് നയിച്ചു.

"ചായകുടിക്കാൻ അമ്പർഡേലിൽ പോവണോ അതോ വേറെയിടം തേടണമോ?"

എല്ലാവർക്കും അമ്പർഡേലിൽ പോവണമെന്നായിരുന്നു.

"ഇനി ഏതുവഴിക്കാണ് പോവേണ്ടത്? ആഷ്ബോൺ വഴിയോ അതോ കോഡ്നറിലൂടെ ക്രോസ്ഹിൽ കയറിയോ?"

ഒരു തർക്കത്തിനൊടുവിൽ കോഡ്നർ തീരുമാനിക്കപ്പെട്ടു.

അവർ ലോകത്തിന്റെ മുകളിലെത്തി. മല നഗ്നമാണ്. മുഷ്ടിക്കു കീഴെ കടുത്ത പച്ചയിൽ സ്വർഗം. പഴയ കൽച്ചുവരുകൾ. വയലുകളെ മുറിച്ച് അവിടെയുമിവിടെയും പഴയ ലെഡ്മൈനിന്റെ അവശിഷ്ടങ്ങൾ. ആറു മരക്കുറ്റികൾ ചേർത്തു നിർമിച്ച ഒരു കല്ലുഫാം. ദൂരെ പുകപിടിച്ച ഒരു വലിയകല്ല്, ഹാംലറ്റ്. ദൂരെയുള്ള ചില വയലുകളിൽ ചാരക്കളറും കറുപ്പും ചെമ്മരിയാടുകൾ മിണ്ടാതെ മേഞ്ഞു. മുകൾഭാഗം ഇംഗ്ലണ്ടിന്റെ മേൽക്കുരയാണ്, ഏതു മേൽക്കുരയെയും പോലെ കല്ലുപാകി വരണ്ട്. താഴെ മനോഹരിയായ ഹാംഷെയർ.

പാറക്കൂട്ടം പരന്നുനിരന്നു കിടക്കുന്നുണ്ട്. ഒരുകൂട്ടം കാക്കകൾ എവി ടെനിന്നോ പറന്നുവന്നിരുന്നു. നഗ്നമായ വയലിലൂടെ ഓടിനടക്കുകയും കൊത്തിപ്പറക്കുകയും ചെയ്തു ആ കാക്കകൾ. പുൽമേടുകൾക്കും

കൽച്ചുവരുകൾക്കുമിടയിലൂടെ ആകാശത്തെത്തൊട്ട് മലയുടെ ഒത്തമു
കളിലൂടെ കാർനീങ്ങി.

അൽപ്പംകഴിഞ്ഞപ്പോൾ മുന്നിലായി ഒരു കുതിരവണ്ടി വന്നുപെട്ടു.
ഒരുകെട്ട് സാമാനങ്ങളും ചുമലിൽക്കയറ്റി ഒരു കുറിയസ്ത്രീ അരികി
ലൂടെ നടന്നുപോവുന്നുണ്ട്. അൽപ്പസമയത്തിനകം കുതിരവണ്ടി സ്ത്രീ
യുടെ തൊട്ടടുത്തെത്തി. അതോടെ വണ്ടി സാവധാനത്തിലായി.

റോഡ് വളരെ നേർത്തതായിരുന്നു. ലിയോ ഉച്ചത്തിൽ ഹോണ
മർത്തി. വണ്ടിക്കാരൻ ചുറ്റിലും കണ്ണോടിച്ചു. എന്നാൽ ആ സ്ത്രീ തല
തിരിച്ചു നോക്കാതെ വേഗത്തിൽ നടന്നുകൊണ്ടിരുന്നു. കറുത്ത്, അയ
ഞ്ഞശരീരമുള്ള സുന്ദരനായി ഒരു ജിപ്സിയായിരുന്നു വണ്ടിയോടിച്ചിരു
ന്നത്. അയാളെ കണ്ടതും യ്‌വെറ്റിയുടെ ഹൃദയം തുടിച്ചു. തൊപ്പിക്കടി
യിലൂടെ കാറിലുള്ളവരെ ഒളികണ്ണിട്ടു നോക്കിക്കൊണ്ട് ജിപ്സി വണ്ടിയി
ൽ നെരുക്കനെയിരുന്നു. എവിടെയും തറയ്ക്കാത്ത അയാളുടെ കണ്ണു
കളിൽ ഒരു വിമുഖതയുണ്ടായിരുന്നു. നീണ്ട് കനംകുറഞ്ഞ മൂക്കിനു
താഴെ മെലിഞ്ഞു കറുത്ത മീശ, കഴുത്തിനുചുറ്റും ചുറ്റിവച്ച ചുവപ്പും
മഞ്ഞയും ഇടകലർന്ന വലിയ സിൽക്ക്തൂവാല. എല്ലാംകൂടി ജിപ്സിക്ക്
വല്ലാത്തൊരഴക് തോന്നിച്ചു. എന്തോ ചിലത് അയാൾ സ്ത്രീയോട് പറ
ഞ്ഞു. അതോടെ ആ സ്ത്രീ ഒരു നിമിഷം നിന്ന് കാറിലുള്ളവരെ നോക്കി.
കാറിപ്പോൾ സ്ത്രീയുടെ വളരെ അരികിലായിരുന്നു.

ലിയോ ഹോണിൽനിന്ന് കൈയെടുത്തില്ല. ചാരക്കളറും വെള്ളയും
ഇടകലർന്നൊരു കർച്ചീഫ് തലയിൽ ചുറ്റിയിരുന്ന സ്ത്രീ അതോടെ കുതി
രവണ്ടിക്കു പിന്നിൽ സാവധാനം പൊയ്ക്കൊള്ളണമെന്ന മുഖഭാവ
ത്തോടെ അവരെ തുറിച്ചുനോക്കി. കുതിരവണ്ടി മുന്നോട്ടധികം പോവു
ന്നുണ്ടായിരുന്നില്ല. പിറകിൽനിന്ന് പ്രത്യേക ശാരീരിക ചലനങ്ങളോടെ
ജിപ്സി കുതിരകളെ തെളിച്ചുകൊണ്ടിരുന്നു.

ലിയോ വീണ്ടും ഹോണടിച്ചു. അവസാനം കാർ കുതിരവണ്ടിക്കു
പിറകിൽ സാവധാനത്തിലാക്കി. ജിപ്സി പിറകിലേക്ക് തിരിഞ്ഞുനോ
ക്കി. ചിരിച്ചുകൊണ്ട് അവർ കേൾക്കാതെ എന്തൊക്കെയോ പിറുപിറു
ത്തു. ഇരുണ്ട പച്ചത്തൊപ്പിക്കു കീഴെയുള്ള കറുത്തമുഖത്തുനിന്ന്
വെളുത്തചിരി തെളിഞ്ഞു.

"മുന്നിൽനിന്ന് മാറ്," ലിയോവിന് ദേഷ്യംവന്നു. വണ്ടി ഇപ്പോൾ
റോഡിന്റെ വശത്തേക്ക് ചരിഞ്ഞു പോവുകയായിരുന്നു. അതൊരു നല്ല
കുതിരയും ഭംഗിയുള്ള പച്ചക്കുതിരവണ്ടിയുമായിരുന്നു. ലിയോ വീണ്ടും
ബ്രേക്ക് ചവിട്ടി.

"ആ സുന്ദരിമാർക്ക് അവരുടെ ഭാവി അറിയണോ?" ജിപ്സി ചിരി
ച്ചുകൊണ്ട് വിളിച്ചുചോദിച്ചു. ഒരുനിമിഷം അവളുടെ കണ്ണുകൾ ജിപ്സി
യുടെ കറുത്ത കണ്ണുമായി ഉടക്കി. രണ്ടുപേരുടെയും തിരച്ചിൽ. വസ്തു,
ബോബ്നേയും ലിയോയേയും പോലെയല്ലാത്ത എന്തോ ഒന്ന്, ആളുക

ളോടുള്ള വിമുഖത, എന്തോ ചിലത് യ്വെറ്റിയുടെ നെഞ്ചിൽ തീപ്പൊരി ചിതറിച്ചു.

ജിപ്സി തന്നെക്കാളും ശക്തനാണ്. അത് അയാൾ ശ്രദ്ധിച്ചിരിക്കി ല്ല. യ്വെറ്റി കരുതി.

"വേണം" പെൺകുട്ടികൾ കൂകിവിളിച്ചു.

"ഒരുനിമിഷം നിൽക്കൂ, സമയമൊരുപാടായി." ലിയോ പറഞ്ഞു.

"സമയമിപ്പോഴും ആ പഴയസമയം തന്നെയാണ് സഹോദരാ. എന്തിനാണ് ചിലരിങ്ങനെ സമയത്തിന്റെ കുരുക്കിൽ കുടുങ്ങിക്കിടക്കു ന്നത്?" ലൂസില്ലെ ഒച്ചയുണ്ടാക്കി.

"തിരിച്ചുപോവുന്ന സമയം നിങ്ങൾക്കു പ്രശ്നമല്ലെങ്കിൽ പിന്നെ എനിക്കെന്താണ്?" ലിയോക്ക് ഒരു വീരജേതാവിന്റെ സ്വരം.

വണ്ടിയുടെ ഒരു വശത്ത് കാറിലുള്ളവരുടെ മുഖഭാവങ്ങൾ നിരീ ക്ഷിച്ചുകൊണ്ട് ജിപ്സി ഇരുന്നു. ഉറച്ച കാൽമുട്ടുകളുള്ള ജിപ്സി സാവ ധാനം ഷാഫ്റ്റിൽനിന്ന് താഴേക്കു ചാടി. മുപ്പതിനുമേൽ പ്രായമുണ്ടായി രുന്ന ആ ജിപ്സി ഒത്തൊരു സുന്ദരനായിരുന്നു. കഴുത്തിനുചുറ്റും മഞ്ഞയും ചുവപ്പും ഇടകലർന്നൊരു സിൽക്ക് തൂവാല ചുറ്റിയിരുന്നു. ഇരുണ്ട പച്ചത്തൊപ്പിയും കറുത്തിരുകിയ ട്രൗസറുകളും അതേ കറുപ്പി ലൊരു ബൂട്ട്സും അയാൾക്കുണ്ടായിരുന്നു. കടുംപച്ചയും കറുപ്പുംക ലർന്ന് തുടയോളമെത്തുന്നൊരു വേട്ടക്കുപ്പായമായിരുന്നു അയാളുടെ മേൽക്കുപ്പായം. വസ്ത്രംകൊണ്ട് വിലപിടിച്ചതും ശരീരംകൊണ്ട് ഔന്ന ത്യമുള്ളതുമായ ആ ശരീരപ്രകൃതിയിൽ ജിപ്സി അത്യാകർഷകനായി രുന്നു. പഴക്കം ചെന്ന ജിപ്സികളുടെ ആത്മബലത്തിൽ താടിയൽപ്പം അമർത്തി കാഴ്ചക്കാരെ തീരെ ശ്രദ്ധിക്കാതെ ജിപ്സി തന്റെ വണ്ടിക്ക രികിൽനിന്നു.

റോഡരികിലായി ആഴത്തിലൊരു ഗർത്തവും പുകവമിക്കുന്ന രണ്ടു കാരവാനുകളും പെൺകുട്ടികൾ കണ്ടു. യ്വെറ്റി ഉടനെ താഴെയിറങ്ങി. അവിടെ ഉപയോഗശൂന്യമായ ഒരു ക്വാറി. തണുപ്പുകാലത്തെ ഉപയോ ഗത്തിനുവേണ്ടി അഴിച്ചു സൂക്ഷിച്ചുവെച്ചിരിക്കുന്ന രണ്ടുകാരവാനുകൾ എന്നിവകൂടി യ്വെറ്റികണ്ടു. തൊട്ടടുത്തായി മരച്ചില്ലകൾകൊണ്ട് കുതി രകൾക്കുവേണ്ടി ഒരു താവളവും ഉണ്ടാക്കിവെച്ചിരിക്കുന്നു. ചാരനിറത്തി ലുള്ള പാറക്കൂട്ടം ഇതിന്റെയെല്ലാം ഒത്തമുകളിൽ റോഡിനു ചേർന്നുകി ടന്നു. ഇടയിൽ പുല്ലുവളർന്ന നിലയിൽ തറമുഴുവൻ കൽച്ചീലുകൾ പൂണ്ടു കിടപ്പുണ്ടായിരുന്നു. അതൊരു തണുപ്പുകാല താവളമായിരുന്നു. അവർ ജിപ്സിയുടെ താവളത്തിലെത്തി. ചുമടുമായി നടന്നിരുന്ന ആ പ്രായം ചെന്ന സ്ത്രീ വാതിൽമലർക്കെ തുറന്നിട്ട് കാരവാനുകളിലൊന്നിന്റെ അക ത്തേക്കു കടന്നുപോയി. കറുത്ത മുടിയുള്ള രണ്ടുകുട്ടികൾ അകത്തുനി ന്നോടിവന്ന് പുറത്തേക്കു തലയിട്ടെത്തി നോക്കി.

കുതിരവണ്ടി ക്വാറിയിലേക്ക് കയറ്റുന്നതിനിടയിൽ ജിപ്സി ഉണ്ടാ

ക്കിയ ശബ്ദം കേട്ട് ഒരു പ്രായം ചെന്നയാൾ അങ്ങോട്ടുചെന്നു. വണ്ടി അഴിച്ചിടാൻ അയാൾ ജിപ്സിയെ സഹായിച്ചു. വാതിലടച്ചിരുന്ന മറ്റൊരു കാരാവാനിലേക്ക് ജിപ്സി കയറിപ്പോയി. കാരാവാന്റെ അടിയിലായി ഒരു നായയെ കെട്ടിയിരുന്നു. വെളുപ്പിൽ പുള്ളികളോടു കൂടിയ ആ വേട്ടനായ ലിയോയും ബോബും നടന്നുചെല്ലുന്നതുകണ്ട് ചെറുതായി മുരണ്ടു.

അടുത്തനിമിഷം ഒരു പിങ്ക് കളർ ഷാൾ അതോ കർചീഫോ തല യിൽച്ചുറ്റി, വലിയ സ്വർണക്കമ്മെലുകളണിഞ്ഞ് ഒരു യുവതി ജിപ്സി കയ റിപ്പോയ കാരാവാനിൽനിന്ന് ചവിട്ടുപടിയിറങ്ങി താഴെയെത്തി. അവളുടെ അയഞ്ഞ പച്ചപ്പാവാട അഴകോടെ ഇളകിയാടി. ഇരുണ്ട ധീരതതിലങ്ങുന്ന നീണ്ടമുഖം ഒരു ചെന്നായയുടേതിനോട് സമാനമായിരുന്നു. ധീരയായ ഒരു സ്പാനിഷ് ജിപ്സിയുടെ മുഖഭാവം തോന്നിച്ച അവൾ സുന്ദരിയാ യിരുന്നു.

"പ്രിയപ്പെട്ടവരെ, ഗുഡ്മോണിങ്" അവൾ മൗനം തുറന്നു. ഒരു ഫോറിൻ ചുവയോടെ പെൺകുട്ടികളെ ചൂഴ്ന്നു നോക്കിക്കൊണ്ടായി രുന്നു അവളുടെ സംസാരം.

"ഗുഡ് ആഫ്റ്റർനൂൺ"– പെൺകുട്ടികൾ പറഞ്ഞു.

"ഏതു സുന്ദരിക്കാണ് അവളുടെ ഭാവി അറിയേണ്ടത്, കൈ കാണി ക്കൂ" യുവതി പറഞ്ഞു.

ആ നീണ്ടയുവതി പേടിപ്പെടുത്തുന്ന വിധം ഇടയ്ക്ക് കഴുത്തു മുന്നോട്ടുനീട്ടിക്കൊണ്ടിരുന്നു. ഓരോരുത്തരും എന്താണിയാനാഗ്രഹി ക്കുന്നതെന്നറിയാൻ അവരുടെ മുഖംമുഴുവൻ പ്രസരിപ്പോടെ അലഞ്ഞു തിരഞ്ഞു. കറുത്തമുടിക്കാരനായ ഒരു ചെറിയ കുട്ടിയെയുമെടുത്ത് പൈപ്പ് വലിച്ചു കൊണ്ട് യുവതിയുടെ ഭർത്താവാണെന്നനുമാനിക്കപ്പെടുന്ന ആ പഴയ ജിപ്സിയുവാവ് കാരവാന്റെ മുകൾപ്പടിയിൽ പ്രത്യക്ഷപ്പെട്ടു. കരു ത്തുറ്റ കാലടികളിലുറച്ചുനിന്ന് താഴെയുള്ളവരെ വിമുഖതയോടെയുറ്റു നോക്കുമ്പോൾ കോപവും അഭിമാനവും നിറഞ്ഞ അയാളുടെ കറുത്ത കണ്ണിൽനിന്ന് ഇമകൾ വിടർന്നു വേറിട്ടുനിന്നു. പ്രത്യേകമായിട്ടെന്തോ അയാളുടെ നോട്ടത്തിൽനിന്ന് തെറിക്കുന്നുണ്ടായിരുന്നു. തന്റെ കാൽമു ട്ടുവരേയ്ക്കും ജിപ്സിയുടെ നോട്ടം യ്വെറ്റി അറിഞ്ഞു. താഴെക്കിടക്കുന്ന നായയിലാണ് തന്റെ ശ്രദ്ധയെന്നഭിനയിച്ചു ഫലിപ്പിക്കാൻ യ്വെറ്റി കിണ ഞ്ഞുശ്രമിച്ചു.

"എല്ലാവരുടേതുമറിയുന്നതിന് എത്രരൂപ തരണം?" ലോട്ടി ഫ്രെംലി ചോദിച്ചു.

"എല്ലാവർക്കുമോ?" അവൾ കൗശലത്തോടെ ചോദിച്ചു.

"എന്റെ ഭാവി പറയേണ്ട" ലിയോ തടഞ്ഞു.

"എന്റേതും, ഈ നാലു പെൺകുട്ടികളുടേതും പറയൂ."

കൗശലത്തോടെ മുഖം പെൺകുട്ടികൾക്കു നേരെ തിരിച്ച് ജിപ്സി യുവതി പ്രതിഫലം നിശ്ചയിച്ചു- "ഓരോരുത്തർക്കും ഓരോ ഷില്ലിങ്. നിങ്ങളുടെ ഭാഗ്യത്തിനൽപ്പം അധികവും." അവൾ ചിരിച്ചു.

വെൽവെറ്റുപോലെ മൃദുവായ അവളുടെ വാക്കുകൾക്കു കീഴെ ഉരു
ക്കുപോലെ ഉറപ്പുള്ള ബുദ്ധിശക്തി തിളങ്ങി.

"ശരി, ഇതധികം വൈകിക്കാതിരിക്കു."

"ഞങ്ങൾക്കെല്ലാമറിയണം" ലൂസില്ലെ ശബ്ദം വെച്ചു.

രണ്ടു മരസ്റ്റൂലുകൾ കാരവാന്റെ കീഴിൽ നിന്നെടുത്ത് അവ വണ്ടി
ചക്രത്തിനടുത്തേക്ക് അവൾ നീക്കിവെച്ചു. നീണ്ടിരുന്ന ലോട്ടി ഫ്രെംലി
യുടെ മുഖത്തേക്ക് അവൾ ഉറ്റുനോക്കി, ഇരിക്കാനാവശ്യപ്പെട്ടു.

"എല്ലാവരും കേൾക്കുന്നതുകൊണ്ട് പ്രശ്നമില്ലല്ലോ?" ലോട്ടിയുടെ
മുഖത്തേക്ക് ചുഴിഞ്ഞുനോക്കിക്കൊണ്ട് അവൾ ചോദിച്ചു.

അവൾ പരിഭ്രമംകൊണ്ട് കറുത്തിരുണ്ടുപോയി.

അവൾ ലോട്ടിയുടെ കൈപിടിച്ച് ഉള്ളംകൈ തുറന്നുവെച്ചു. പരു
ത്ത, തീരെ നിഷ്കളങ്കമല്ലാത്ത വിരൽത്തലപ്പുകൊണ്ട് ഉള്ളംകൈയി
ലാകെ പരതിനടന്നു.

"സാരമില്ല" അവൾ പറഞ്ഞു.

ആ ഉറച്ച കറുത്ത ചൂണ്ടുവിരൽ ഓരോ ചുളിവുകളിലൂടെയും കയ
റിയിറങ്ങി. ലോട്ടിയുടെ മുഖത്തേക്കെത്തിനോക്കിക്കൊണ്ട് ഒട്ടും തിരക്കു
പിടിക്കാത്ത ശൈലിയിൽ അവൾ ഭാവിപറഞ്ഞു തുടങ്ങി.

കേട്ടുനിന്നവരുടെ ശബ്ദം ഇടയ്ക്കിടെ ഉച്ചത്തിൽ പുറത്തുവന്നു
കൊണ്ടിരുന്നു.

"അത് ജിം ബാഗ്പേ ആവും"

"എനിക്കത് വിശ്വസിക്കാനാവുന്നില്ല."

"അത് ശരിയാവില്ല."

"മരത്തിനടിയിൽ താമസിക്കുന്ന ഒരു വെളുത്ത യുവതിയോ?"

"എന്തിന്, ആർക്കെങ്കിലുമതിനു കഴിയുമോ?"

"അടങ്ങ് പെണ്ണുങ്ങളേ, നിങ്ങളെല്ലാം നശിപ്പിക്കുന്നു" എന്ന് ലിയോ
തടയുന്നതുവരെ ആ ശബ്ദകോലാഹലം തുടർന്നു.

ആശങ്കയോടെ മുഖം തുടുപ്പിച്ച് ലോട്ടി എഴുന്നേറ്റു. അടുത്തത് എല്ല
യാണ്. കൂടുതൽ ശാന്തതയോടെയും സൂത്രത്തിലും അവൾ വാക്കുകൾ
വായിച്ചെടുക്കാൻ ശ്രമിച്ചു.

"അതുശരി" ഇടയ്ക്ക് ജിജ്ഞാസയോടെ ലൂസില്ലെ നിശ്ശബ്ദത
ഭഞ്ജിച്ചു. ഭാവഭേദമില്ലാതെ ആ ജിപ്സിയുവാവ് അപ്പോഴും മുകളിലെ
സ്റ്റെപ്പിൽനിന്നുറ്റു നോക്കുകയായിരുന്നു. അയാളുടെ ഉശിരൻ കണ്ണുകൾ
യ്‌വെറ്റിയെ ഉറ്റുനോക്കിക്കൊണ്ടിരുന്നു. കവിൾ, കഴുത്ത്. വീണ്ടും മുഖ
മുയർത്താൻ അവൾക്ക് ധൈര്യമുണ്ടായില്ല. ഇടയ്ക്ക് ഫ്രെംലെയും ആ
സുന്ദരമുഖത്തേക്കുറ്റു നോക്കി പ്രൗഢമായ ആ കറുത്ത കണ്ണിൽനിന്ന്
നോട്ടം വാങ്ങിക്കൊണ്ടിരുന്നു. വിനയവും കീഴ്ജാതിക്കാരന്റെ അഭിമാന
ബോധവും, തിരസ്കൃത ജാതിക്കാരന്റെ വെല്ലുവിളികളും എല്ലാം അലി
യിച്ചെടുത്തതായിരുന്നു ആ നോട്ടം. മനസ്സ് ചഞ്ചലരായവരോട് അയാൾ

ചുണ്ടുകോട്ടി ചിരിച്ചു. മുഴുവൻ സമയവും താൻ ശ്രദ്ധിക്കപ്പെടുന്നതിനെ അവഗണിച്ചുകൊണ്ട് കുട്ടിയുമായി ജിപ്സി കോണിപ്പടിയുടെ മുകൾത്ത ട്ടിൽത്തന്നെ നിന്നു.

ലൂസില്ലെയുടെ കൈവരകൾ വായിക്കാൻ തുടങ്ങി– "കടലിനക്കരെ പോയി നീ ചാരക്കളർമുടിയുള്ള ഒരാളെ കണ്ടെത്തും. പക്ഷേ, അയാൾ ക്കേറെ പ്രായമായിട്ടുണ്ടാവും."

ശരി, അവൾ യ്‌വെറ്റിയെ നോക്കി ആനന്ദം കൊണ്ടൊച്ചയിട്ടു.

യ്‌വെറ്റി പുറംലോകം മുഴുവൻ കൈവിട്ട് ആകാംക്ഷയുടെ ഒരു അത്ഭുതലോകത്തായിരുന്നു.

"മിക്കവാറും നാലു വർഷത്തിനുള്ളിൽ നീ വിവാഹിതയാവും. ധനി കയായില്ലെങ്കിലും നിനക്കാവശ്യത്തിന് പണമുണ്ടാവും. ഒരു ദീർഘയാ ത്രയ്ക്കുള്ള സൗഭാഗ്യവും രേഖയിലുണ്ട്."

"എന്റെ ഭർത്താവിനൊപ്പമോ അല്ലാതെയോ"?

ലൂസില്ലെ ചോദിച്ചു.

"അയാളുടെ കൂടെ."

കൺമുന്നിലെ കാഴ്ചകളിലും കേൾവിയിലും അമ്പരന്നുപോയ യ്‌വെറ്റിയുടെ ഊഴമായിരുന്നു അവസാനം.

ധീരതയോടെയും ക്രൂരതയോടെയും ഒരുപാടുനേരം അവളുടെ മുഖത്ത് ആ സ്ത്രീപരതി.

യ്‌വെറ്റി പരിഭ്രമത്തോടെ പറഞ്ഞു.

"എന്റെ ഭാവി എനിക്കറിയേണ്ട, എനിക്കതു കേൾക്കണ്ട."

"എന്തിനെയാണു നീ ഭയക്കുന്നത്?" ജിപ്സിയുവതി ക്രൂരതയോടെ ചോദിച്ചു.

"അങ്ങനെയൊന്നുമില്ല." യ്‌വെറ്റി പറഞ്ഞു.

"നിന്റെയുള്ളിൽ എന്തോ രഹസ്യം കിടപ്പുണ്ട്. നീ ഭയക്കുന്നുണ്ട്, ശരിയല്ലേ?" നമുക്ക് കാരവാനിലേക്ക് കയറി തനിച്ച് സംസാരിക്കാം." കൗശലത്തോടെ അവൾ പറഞ്ഞു.

തന്റെ മൃദുവും നിഷ്കളങ്കവുമായ മുഖത്ത് തറഞ്ഞ അവളുടെ പിശ കുള്ള നോട്ടം യ്‌വെറ്റിയിൽ ആശങ്കയുണ്ടാക്കി.

"ശരി, പോകാം."

"നീ നല്ലതുകേൾക്കുമെന്നെനിക്കു തോന്നുന്നില്ല"– ലൂസില്ലെ പറഞ്ഞു.

"ശരി. എന്നാലും ഞാൻ കയറുകയാണ്"

ജിപ്സി യുവതി അയാളോടെന്തോ വിളിച്ചുപറഞ്ഞു.

ഏതാനും നിമിഷങ്ങൾക്കിടയിൽ കുട്ടിയെ അയാളുടെ കാലിൽവെച്ച് ഒരു കൈകൊണ്ട് മുറുക്കെപ്പിടിച്ച് സ്റ്റെപ്പിറങ്ങിവന്നു ജിപ്സി.

പോളിഷ് ചെയ്ത കറുത്ത ബൂട്സ്, ഇറുകിയ കറുത്ത ട്രൗസർ, കടുംപച്ച ജേഴ്സി. ഒരു വൃദ്ധയായ ജിപ്സി കുതിരകൾക്ക് ഓട്സ് കൊടു

ക്കുന്നയിടത്തേക്ക് ജിപ്സി കുട്ടിയെ കൂട്ടിക്കൊണ്ടുപോയി. ചാരനിറത്തി ലുള്ള പാറകൾക്കിടയിലെ കുതിരത്താവളത്തിന്റെ നിലത്ത് കല്ലുപാകി യിരുന്നു.

ഒരു കീഴ്ജാതിക്കാരന്റെ മാനസിക ധൈര്യത്തോടെയും അങ്ങേയറ്റം വിനയരഹിതമായും ഒരു നോട്ടം നോക്കി അയാൾ പലതവണ കാരവാനു മുമ്പിലൂടെ നടന്നു. അപ്പോഴെല്ലാം പരിഭ്രമംകൊണ്ട് അവളുടെ ശരീരം വെള്ളംപോലെ അയഞ്ഞു കിടന്നു. എന്നാൽ മനസിന്റെ മൂലയിലെ ചെറി യൊരു ഖരഭാഗംകൊണ്ട് അയാളുടെ മുഖത്തെ നീളൻ വരകളും നീണ്ട് സുന്ദരമായ മൂക്കും കവിളും നെറ്റിയും അവളുടെ മനസിൽ പതിഞ്ഞു കിടന്നു.

പതുക്കെ ഉലയുന്ന മടമ്പുമായി ജിപ്സി അവളെ കടന്നുപോയ പ്പോൾ തന്നെക്കാളുമെത്രയോ ശക്തമാണാ ശരീരമെന്ന് അവൾക്കുറ പ്പായി. അവളുടേതു മാത്രമായ അളവുകോലുകൊണ്ട് തൂക്കിയപ്പോൾ ശക്തിയും സാമാന്യബോധവും തന്നെക്കാളുമുള്ള ഒരാളെ അവളാദ്യ മായി കാണുകയായിരുന്നു. ജിജ്ഞാസയോടെ പടികൾ കയറി അവൾ കാരവാനു മുകളിലെത്തി. നന്നായി വെട്ടലുള്ള ലതർ കോട്ടിനരികിലെ വിളറിയ പച്ചപ്പാവാടയിലൂടെ കാൽമുട്ട് വെളിയിൽ കാണാമായിരുന്നു. നീളൻ അടിവെച്ച് നടക്കാവുന്ന നീണ്ട്, മെലിഞ്ഞ്, കനംകുറഞ്ഞ ഭംഗി യുള്ള കാലുകളായിരുന്നു അവളുടേത്. ഗുണമേന്മ കൂടിയ നല്ലകമ്പിളി കൊണ്ട് നെയ്ത വസ്ത്രങ്ങൾക്കിടയിലെ നീളൻകാലുകൾ ഒരു വന്യമൃ ഗത്തിന്റെ മൃദുവായ കാലുകളെ ഓർമിപ്പിച്ചു. മുകളിലെ സ്റ്റെപ്പിൽ കയ റിനിന്ന് അവളുടേതായൊരു സ്റ്റൈലിൽ ആത്മവിശ്വാസത്തോടെ അവൾ കൈകാണിച്ചു. "ഞാനധികം വൈകിപ്പിക്കില്ല" അവൾ വിളിച്ചുപറഞ്ഞു.

ചാരനിറത്തിലുള്ള പഞ്ഞിക്കോളർ തുറന്നുകിടന്നിരുന്നു. വിളറിയ പച്ചവസ്ത്രവും മൃദുവായ കഴുത്തും അതിനിടയിലൂടെ നമുക്ക് കാണാം. മുഖത്തു ചുറ്റിയ തൊപ്പി ചെവിവരേയും നീണ്ടുകിടന്നു. ഒരുതരം മൃദു ത്വവും എന്നാലതിലുപരി അധികാരശക്തിയും അശ്രദ്ധയും അവളിൽ മുഴച്ചുകിടന്നു.

ജിപ്സി ശ്രദ്ധിക്കുന്നത്, അവൾ ഒളികണ്ണിട്ടു കണ്ടു. ഇരുണ്ട പുറം കഴുത്തും ചീകിവെച്ച കറുത്തതലമുടിയും അവളുടെ മനസിൽ നിറഞ്ഞു നിന്നു.

ആർക്കുമറിയില്ലായിരുന്നു ജിപ്സി അവളോടെന്തു പറയുന്നുവെ ന്. മറ്റുള്ളവരതറിയാൻ നേരമൊരുപാടെടുക്കും.

നേരിയ അസ്തമന വെളിച്ചത്തിനിപ്പോൾ തെളിച്ചം കുറഞ്ഞു പോയിരുന്നു. ചിമ്മിനിയിൽനിന്ന് പുകയും ചില വമ്പൻ ഭക്ഷണപദാർഥ ങ്ങളുടെ മണവും ഒന്നിച്ചുവന്നു. കുതിര കിടന്ന് എന്തൊക്കെയോ ചവച്ച രച്ച് തിന്നുന്നുണ്ടായിരുന്നു. മഞ്ഞപ്പുതപ്പുകൊണ്ട് അതിനെ മൂടിയിട്ടതാ യിരുന്നു. നിശ്ശബ്ദതയുടേയും നിഗൂഢതയുടേയും ചില ചിന്തകൾ പിന്നീട്

അവിടെ തങ്ങിനിന്നു. പതിഞ്ഞശബ്ദത്തിൽ അൽപ്പം അകലെനിന്ന് രണ്ട് ജിപ്സികൾ സംസാരിച്ചുകൊണ്ടിരുന്നു. ഒറ്റപ്പെട്ടതും നിഗൂഢവുമായ ക്വാറിയിൽനിന്ന് നിശ്ശബ്ദതയും രഹസ്യങ്ങളും കൂടിച്ചേർന്ന ഒരു ഭയാനകതയുണ്ടായി.

വളരെകഴിഞ്ഞ് കാരവാന്റെ വാതിലുകൾ തുറന്നു. മുന്നോട്ടുവളഞ്ഞ്, ചെറിയചവിട്ടടികൾ വെച്ച് പ്രേതത്തെപ്പോലെ മെലിഞ്ഞു നീണ്ട കാലുകൾ അൽപ്പം വെച്ച് യ്‌വെറ്റി ഇറങ്ങിവന്നു. അവളെ ചുറ്റിപ്പറ്റിയും പ്രേതസമാനമായ ഒരു ഭീകരമാനമുണ്ടായിരുന്നു.

ആരുടെയും മുഖത്തുനോക്കാതെയും മനസിൽ ചില തീരുമാനങ്ങൾ അമർത്തി നിർത്തിയും അവ്യക്തമായ ശബ്ദത്തിൽ അവൾ ചോദിച്ചു.

"നേരമൊരുപാട് വൈകിപ്പോയോ?"

"നിങ്ങൾക്കു ബോറടിച്ചിരിക്കില്ലെന്നു കരുതുന്നു!"

"ഒരു ചായ കിട്ടിയാൽ നന്നാവും അല്ലേ?, നമുക്ക് പോവാം."

"നീ കയറ്, ചായ എന്റെ വകയാണിന്ന്." ബോബ് പറഞ്ഞു.

മരതകനിറത്തിലുള്ള കമ്പിളിക്കുപ്പായമിട്ട് മുഴുനീളപ്പാവാട ആടിയുലച്ചുകൊണ്ട് ജിപ്സിയുവതി താഴേക്കിറങ്ങിവന്നു. ഒരു വിജയിയുടെ മുഖഭാവത്തോടെ ഇരുണ്ട ചെന്നായയുടെ മുഖസാദൃശ്യമുള്ള അവർ പുഞ്ചിരിച്ച് മുഖമുയർത്തി.

ചുവന്ന റോസാപ്പൂക്കൾ ഒട്ടിച്ചുവെച്ച പിങ്ക്കളർ കാശ്മീരി കർച്ചീഫിൽനിന്ന് കറുത്തുചുരുണ്ട മുടിച്ചുരുളുകൾ തോളിലേക്ക് തൂങ്ങിനിന്നു. മങ്ങിയവെളിച്ചത്തിൽ വല്ലാത്ത ഗാംഭീര്യത്തോടെ അവളവരെ നോക്കി.

രണ്ട് പാതി ക്രൗണുകൾ ബോബ് അവരുടെ കൈയിൽവെച്ചുകൊടുത്തു.

"ഈ കൊച്ചുപെണ്ണിന്റെ ഭാഗ്യത്തിന് ഒരു തുണ്ടുകൂടി തരൂ." ചെന്നായ കണക്കെ പതിയെ അവർ മുരണ്ടു.

"ഒരു ചെറിയ വെള്ളിനാണയം, ഈ കൊച്ചുപെണ്ണിന്റെ ഭാഗ്യത്തിന്."

"ഈ ഭാഗ്യത്തിന് ഒരു ഷില്ലിങ് മതി." ശാന്തനായി പറഞ്ഞ് ബോബ് പരിഭ്രമിച്ച കാലടികളോടെ ആടിയുലഞ്ഞ് കാറിനരികിലെത്തിയിരുന്നു. യ്‌വെറ്റി കൈനീട്ടി അൽപ്പം ചിലത് ജിപ്സിയുടെ കൈകളിലേക്കിട്ടു. പാതി അവഗണനയും സമ്മതവും ഇടകലർന്ന ശബ്ദത്തിൽ ജിപ്സി യുവതിയുടെ ശബ്ദം.

"നല്ലതു വരട്ടെ മിടുക്കി, ജിപ്സികളുടെ അനുഗ്രഹവും"

എഞ്ചിൻ മുരണ്ടു, വീണ്ടും, അവസാനം യാത്രയ്ക്കു തയാറായി. ജിപ്സികൾ ഇരുട്ടിൽ നടന്നുനീങ്ങുന്നുണ്ടായിരുന്നു. ലിയോ വേഗം ലൈറ്റ് ഓൺചെയ്തു.

"ഗുഡ്നൈറ്റ്!" കാർ നീങ്ങിയതും യ്‌വെറ്റിയുടെ ശബ്ദം പുറത്തു വന്നു. ജൈവികതയും ആഹ്ലാദവും പ്രസരിപ്പും പൂണ്ടുകിടന്ന ആ ശബ്ദം

അവിടെങ്ങും മുഴങ്ങിക്കേട്ടു.

യ്വെറ്റി കൂടുതലിപ്പോൾ ചോദിക്കരുതെന്നുറച്ചിട്ടും ലൂസില്ലെക്ക് ക്ഷമിക്കാനായില്ല. "അവരെന്താണ് പറഞ്ഞത്?"

"ഓ, ആസ്വാദ്യകരമായിട്ടൊന്നുമില്ല."

പലതും മൂടിയടച്ച് യ്വെറ്റി പറഞ്ഞു.

"ആ പഴയകാര്യങ്ങൾ തന്നെ. കറുത്തയാൾ, അതായത് ഭാഗ്യം. പിന്നെയൊരു വെളുത്തവൻ-ഭാഗ്യദോഷം. കുടുംബത്തിൽ വരാൻ പോവുന്ന ഒരു മരണം, അത് ഗ്രാനിയാണെങ്കിൽ ഭീകരം തന്നെയാവും. പിന്നെ ഇരുപത്തിമൂന്നുവയസിൽ ഞാൻ വിവാഹിതയാവും. ഒരുപാട് പണവും സ്നേഹവും രണ്ടു കുട്ടികളുമുണ്ടാവും. എല്ലാം പതിവുപോ ലെ..."

"പിന്നെ നീയവൾക്ക് ഒരുപാട് പണം കൊടുക്കുന്നത് കണ്ടല്ലോ?"

"ഓ, എനിക്കങ്ങനെയാണപ്പോൾ തോന്നിയത്. അവരെപ്പോലുള്ള ആളുകളോട് നാമൽപ്പം ആഢ്യത്വം കാണിക്കണം."

# മൂന്ന്

**യ്**വെറ്റിയുടേയും 'ജനവാതിൽ ഫണ്ടി'ന്റെയും വിഷയത്തിൽ റെക്റ്ററുടെ വീട്ടിൽ വലിയ കോലാഹലം നടന്നു. പാരിഷിലെ മരിച്ചു പോയവരുടെ ഓർമയ്ക്കായി പള്ളിയിലൊരു ചില്ലുജനവാതിൽ പണിയ ണമെന്ന് സിസി അമ്മായിയുടെ മനസിൽ വല്ലാത്തൊരു ഉൾവിളി.

പക്ഷേ, അവരിൽ ഭൂരിഭാഗവും മതവിരുദ്ധരായിരുന്നതുകൊണ്ട് വെസ്ലിയൻ ചാപ്പലിനു മുമ്പിലെ ഒരു വൃത്തികെട്ട രൂപം മാത്രമായി സിസി അമ്മായിയുടെ ആഗ്രഹം.

സിസി അമ്മായിയെ ഇതൊന്നും തെല്ലും പരാജയപ്പെടുത്തിയില്ല. അവർ ചന്തയിലും പരിചിതസ്ഥലങ്ങളിലും പോയി ആളുകളെ കാൻവാ സ് ചെയ്തു. പെൺകുട്ടികളെ അമേച്വർ നാടകങ്ങൾ പരിശീലിപ്പിച്ചു. അഭിനയമൊരുപാടിഷ്ടമായിരുന്ന യ്വെറ്റിയെ *മേരി ഇൻ ദി മിറർ* എന്ന ഹാസ്യ നാടകത്തിന്റെ നടത്തിപ്പുചുമതല ഏൽപ്പിച്ചുകൊടുത്തു. ജന വാതിൽഫണ്ട് ശേഖരണാർഥം രണ്ടു പെൺകുട്ടികൾക്കും വെവ്വേറെ പേഴ്സുകൾ കൊടുത്തുവിട്ടു.

ഇതുവരെ കിട്ടിയ പണംതന്നെ ധാരാളം മതിയാവുമെന്നു കരുതി സിസി അമ്മായി യ്വെറ്റിയെ വിളിപ്പിച്ചു. പക്ഷേ ആകെയുണ്ടായിരുന്ന 15 ഷില്ലിങ് കണ്ട് അവർ പേടിച്ചു നിലവിളിച്ചു പോയി.

"ബാക്കിയെവിടെ?" സിസി അമ്മായി കിതച്ചു.

"ഞാനത് കടമെടുത്തു. എന്നിട്ടുമെനിക്ക് തികഞ്ഞില്ല."

യ്വെറ്റി കാരുണ്യമില്ലാതെയാണ് സംസാരിച്ചത്.

"*മേരി ഇൻ ദി മിററി*നു വേണ്ടി പിരിച്ചെടുത്ത 3 പൗണ്ട് 13 ഷില്ലിങ്

എവിടെ?" നരകവാതിൽ കോട്ടുവായിടുംപോലെ സിസി അമ്മായി വായ തുറന്നു.

"ഞാനതെടുത്തു. ഞാനത് തിരിച്ചുതരാം."

പാവം സിസി അമ്മായി. യ്വെറ്റി പേടികൊണ്ടും ഞരമ്പുകളിൽ മുഴുവൻ കലർന്നുപോയ വെറുപ്പുകൊണ്ടും തളർന്നുപോവും വിധം സിസി അമ്മായിയുടെ ഉള്ളിൽ ഉരുണ്ടുരുണ്ട് നാമ്പെടുത്ത വെറുപ്പിന്റെ മുഴകൾ യ്വെറ്റിക്കു നേരെ തെറിച്ചു.

അന്ന് റെക്ടർ പോലും രൂക്ഷമായൊരു ഭാവത്തിലായിരുന്നു.

"പണം വേണമെങ്കിൽ എന്നോടു ചോദിച്ചു കൂടായിരുന്നോ?"

"കാരണമില്ലാതെ ഇതുവരെ ഞാനെന്തെങ്കിലും നിരസിച്ചിട്ടുണ്ടോ?" കൂർത്ത് വേദനിക്കുന്ന മുഖഭാവത്തിൽ യ്വെറ്റി പറഞ്ഞു.

"ഇതിത്ര പ്രശ്നമാവുമെന്ന് ഞാനറിഞ്ഞില്ല"

"നീയാ പണം എന്തുചെയ്തു?"

"ഞാനതു ചെലവഴിച്ചു"

"എങ്ങനെ ചെലവാക്കി?"

"എല്ലാം എനിക്കോർമയില്ല. ഇറുകിയ ട്രൗസറുകളും മറ്റുചില സാധ നങ്ങളും വാങ്ങി. കുറച്ച് ചിലർക്ക് കൊടുക്കേണ്ടിവന്നു."

പാവം യ്വെറ്റി. അവളുടെ മേധാവിത്വമുള്ള രീതികളും മെയ്‌വഴക്ക ങ്ങളും അവൾക്കുതന്നെ തിരിച്ചടിയായി. റെക്ടർക്ക് വല്ലാതെ ദേഷ്യം വന്നു. പല്ലുകടിച്ച് മുഖം ഒരു നായയെപ്പോലെ കൂർപ്പിച്ച് അയാൾ തല പുകച്ചുകൊണ്ടിരുന്നു. തന്റെ മകൾ മറ്റൊരു റാങ്കിലേക്കുയരുകയാണെന്ന് റെക്ടർ ഭയപ്പെട്ടു. സിന്ദിയയുടെ ഗുണങ്ങളിൽ പലതും അവളും പരി ശീലിക്കുകയാണോ?

"ഇതെല്ലാം മറ്റാരുടെയെങ്കിലും പണംകൊണ്ട് ചെയ്തുതീർത്തു കൂടായിരുന്നോ?"

അയാളുടെ മുറുമുറുപ്പിന്റെ അവസാനം റെക്ടർ ഒരു അവിശ്വാസി യാണെന്നെല്ലാവർക്കും മനസിലാവും വിധമായിരുന്നു. ജീവിതത്തിൽ മഹത്വം കാണാത്ത, ഹൃദയത്തിൽ ഒരു വിശ്വാസത്തിന്റെയും ഇളംചൂട് തട്ടിക്കാതെ ഹൃദയത്തെ അങ്ങേയറ്റം അധമമാക്കി വെച്ച ഒരാൾ.

യ്വെറ്റിയുടെ മനസും താങ്ങിപ്പിടിച്ച് അവൾ ദൂരെയെവിടെയോ പോയിവീണു, നിമിഷംകൊണ്ട് അവൾ വിളറിവെളുത്തു. ആ കാട്ടുതീ പിടുത്തത്തിൽപ്പെട്ട് അവളുടെ മുഖം വിളറിവെളുത്തു. ഇപ്പോൾ തണു ത്തുറഞ്ഞൊരു മഞ്ഞുതുള്ളി പോലെയും. റെക്ടറുടെ ദൃഷ്ടിയിൽ ആ പഴയ വെളുത്ത മഞ്ഞുപുഷ്പം തന്നെ "അദ്ദേഹം എന്റെ ജീവന്റെ ഓരോ അംശത്തേയും അവിശ്വസിക്കുന്നു" അവൾ ആത്മാവുകൊണ്ടതറിഞ്ഞു.

"ഞാനദ്ദേഹത്തിന് ഒന്നുമല്ല, ഞാനൊന്നുമല്ല, വെറുമൊരു വൃത്തി കെട്ട വസ്തു, എന്റെ എല്ലാം വൃത്തികെട്ടതാണ്, എല്ലാം."

സ്നേഹത്തിന്റെയോ കോപത്തിന്റെയോ യാതൊരു ഏറ്റക്കുറച്ചി ലും—

-അച്ഛന്റെ അവിശ്വാസത്തോളം, അവഗണനയോളം എന്നെ ഇല്ലാ
യ്മ ചെയ്തിട്ടില്ല, ഇതുവരെ.

നിശ്ശബ്ദതയിൽ താൻ പെറുക്കിക്കൂട്ടിവച്ച ദുഷ്ചിന്തകളുടെ തണു
ത്തചീളുകൾ കണ്ട് അയാൾ ഭയന്നു. സ്നേഹവും വിശ്വാസവും ഒരു
തെളിച്ചമുള്ള ജീവിതവും അയാൾക്കു വേണമായിരുന്നു. തന്നോടു തന്നെ
യുള്ള അവിശ്വാസത്തിന്റെ വിരനുഴച്ചിലിനെ ഇനി താൻ ഗൗനിക്കില്ലെന്ന്
അയാൾ മനസിലുറപ്പിച്ചു, ഹൃദയം ആടിയുലഞ്ഞു.

"നിനക്കിനി എന്താണു പറയാനുള്ളത്?" റെക്ടർ ചോദിച്ചു.

ആ മരവിച്ച മഞ്ഞുതുള്ളിയുടെ മുഖഭാവത്തിൽ അവൾ വെറുതെ
നോക്കിയതേയുള്ളൂ. റെക്ടറിനെ പേടി കടന്നുപിടിച്ചു. നിസ്സഹായമായ
ഒരു പശ്ചാത്താപബോധമായി പിന്നെ അവൾ, സിന്ദിയയുടെ അതേ പേടി
ച്ചരണ്ട വെളുത്ത മുഖത്തോടെ, റെക്ടറുടെ ഹൃദയത്തിൽ നുഴഞ്ഞുക
ളിക്കുന്ന ആ അവിശ്വാസത്തിന്റെ കൃമിക്കൂട്ടം തന്നെയിപ്പോൾ അവഹേ
ളിക്കുമെന്ന അതേ ഭയത്തോടെ. തന്റെ മനസിന്റെ ഉൾക്കാമ്പ് തടിച്ചു
ഭയങ്കരനായ ഒരു വിരയാണെന്ന് അയാളറിഞ്ഞു. താനറിയുന്ന മറ്റാരോ
ടുമായിരുന്നില്ല സത്യത്തിൽ അയാളുടെ ഇപ്പോഴത്തെ കോപം.

പേടിച്ചു ചുരുണ്ടുനിൽക്കുന്ന യ്വെറ്റിയെക്കണ്ട് അയാൾ വീണ്ടും
തന്റെ ഭാവം കളിതമാശകൾ പറയുന്ന ആ പഴയ നേരം പോക്കുകാരനി
ലേക്കു മാറ്റിനോക്കി.

"ശരി മോളെ, നീ അത് തിരികെ കൊടുക്കണം, അത്രയേ ഉള്ളൂ."

"നിന്റെ അലവൻസിലേക്ക് ഞാനത് മുൻകൂറായി തരാം. പക്ഷേ,
മാസം നാലുശതമാനം പലിശ നീയതിന് തന്നുകൊള്ളണം" ചെകുത്താ
നിൽനിന്നുപോലും അയാൾ സ്വന്തം പണമിടപാടിന് പലിശ ഈടാക്കു
മെന്ന് തോന്നുന്നു. അവിശ്വാസത്തിന് അപായമുഖമാണ്. "അടുത്ത
തവണ നിനക്ക് നിന്നെ വിശ്വസിക്കാവുന്ന സമയത്തുമാത്രം പണമിട
പാടു നടത്തൂ."

അപമാനംകൊണ്ട് യ്വെറ്റി തകർന്നടിഞ്ഞുപോയി. ആത്മാവിന്റെ
ഇടംതേടി യ്വെറ്റി ഇഴഞ്ഞുനടന്നു. തന്റെ ഉള്ളിൽനിന്നുതന്നെ ഒരു ഭീക
രത ഇറ്റുവീഴുന്നെണ്ടന്നവൾക്ക് തോന്നി. ആ പണം താൻ തൊടാതിരു
ന്നെങ്കിൽ! തന്റെ ഇറച്ചി മുഴുവൻ ഏതോ ഒരശുദ്ധിവീണ് ചുരുങ്ങിച്ചുളു
ങ്ങിപ്പോയി.

സിസി അമ്മായിയുടെ പണം ചെലവുചെയ്തതിൽ യ്വെറ്റിക്ക്
വല്ലാത്ത കുറച്ചിൽ തോന്നി. താനതു ചെയ്യരുതായിരുന്നു. വഴക്കുപറ
യാൻ അവർക്കൊരുപാട് ന്യായീകരണങ്ങളുണ്ടിപ്പോൾ.

പക്ഷേ, എന്തുകൊണ്ടാണ് തന്റെ ശരീരം ചുളുങ്ങിപ്പോവുന്നതു
പോലെ തോന്നുന്നത്? എന്തോ ഒരു ശാരീരികാവശത ഉള്ളതുപോലെ
താൻ ക്ഷീണിക്കുന്നതെന്ത്?

കാര്യങ്ങളറിഞ്ഞ് ലൂസില്ലെ പോലും വല്ലാത്ത മനഃസ്താപത്തിലാ
യി. "നിന്റെ നിസ്സാരത കൊണ്ടാണ് അവർക്കൊക്കെ ഇത്രത്തോളം നിന്നെ

ബുദ്ധിമുട്ടിക്കാനായത്. ഞാൻ തരാൻ പോവുന്ന പണംകൊണ്ട് നീ നിന്റെ വിഷമങ്ങളെല്ലാം കഴുകിക്കളയൂ. സിസി അമ്മായിക്ക് നിന്റെ ഭാഗത്തു നിന്ന് നിന്റെ ചെയ്തിയിൽ ഒരു ന്യായീകരണവും കണ്ടെത്താനായില്ല. മുത്തശ്ശി അറിഞ്ഞാൽ എന്തായ്വുമവസ്ഥ? ഇനിയെങ്കിലും നീ ചെയ്യുന്ന തിന്റെ ഭവിഷ്യത്താദ്യമേ ആലോചിക്കുവാൻ ശീലിക്കൂ"

കാര്യങ്ങളിത്രത്തോളം കുഴഞ്ഞുമറിഞ്ഞപ്പോൾ അവരാ പാവം മിസിസ് ആർതർ സോവെല്ലിനെക്കുറിച്ച് ചിന്തിച്ചു. അപകടകാരിയും സദാ ചാര വിരുദ്ധയും സ്വാർഥതയും മറ്റേതോ ലോകത്തിലെ തളിർപ്പുമാണെ ങ്കിൽ തന്നെയും അമ്മയ്ക്ക് മനുഷ്യത്വം കാണിക്കാതിരിക്കാനാവില്ല, എത്രത്തോളം അശ്രദ്ധയും വിരക്തിയും ആ രക്തത്തിൽ അടിഞ്ഞു കിട പ്പുണ്ടെങ്കിലും.

യ്വെറ്റി എപ്പോഴും സ്വന്തം ശരീരത്തിന് തന്റെ അമ്മയോട് കട പ്പാടു കാണിക്കുന്നു. ഡാഡിയുടെ കുടുംബത്തിന്റെ അകംമുഴുവൻ ദുർഗ ന്ധവും അഴുക്കുമാണ്. എന്നാലും സോവെൽ നിങ്ങളെയിതുവരെ വലി ച്ചെറിഞ്ഞിട്ടില്ല. ആ മിടുക്കി ഒരിക്കൽ റെക്ടറെ തൂത്തെറിഞ്ഞ് താഴെ യിട്ട് കടന്നുകളഞ്ഞു, ഒപ്പം രണ്ട് ചെറിയകുട്ടികളേയും. ആ കുരുന്നു കൾക്കെങ്ങനെ അവരുടെ അമ്മയെ മറക്കാനാവും?

യ്വെറ്റി വളരെ സാവധാനത്തിൽ സ്വന്തം സ്വത്വത്തിന്റെ വൈശി ഷ്ട്യം മനസിലാക്കാൻ തുടങ്ങി. സംശുദ്ധമായ മാംസവും ചോരയോട്ട വുമുള്ള വികാരതരളിതമായ തന്റെ സ്വത്വം. സോവെല്ലിന്റെ സദാചാര ക്ലാസുകളിൽ വീണുപോയ സംശുദ്ധ. അവർക്ക് വിശ്വാസം ജീവിതത്തോ ടാണ്. എന്നാൽ അമ്മ, സിന്ദിയ തികച്ചും സദാചാരവതിയായ ഒരു അവി ശ്വാസിയും.

യ്വെറ്റി സത്യസന്ധമായി പ്രതികരിക്കാനാവാത്തവളും ആശങ്കാ കുലയുമായി. സിസി അമ്മായിയുടെ ദേഷ്യത്തെ ആവശ്യത്തിലധികം തണുപ്പിക്കാൻ മാത്രം പണം റെക്ടർ അവൾക്കു നൽകി. ഉള്ളിൽ മുഴ ച്ചുകഴിഞ്ഞ കോപമുളകൾ ആ സമയത്തും അടങ്ങാതെ ചുട്ടുകിടക്കുക യായിരുന്നു. തന്റെ പ്രിയപ്പെട്ട *പാരിഷ്* മാസികയിൽ സ്വന്തം മരുമകൾ ചെയ്ത കള്ളത്തരം അച്ചടിച്ചു വരുത്തണമെന്ന ആലോചനയിലായിരുന്നു സിസി അമ്മായി. ഈ വാർത്ത ലോകംമുഴുവൻ പരത്താനാവില്ലല്ലോ എന്നതായിരുന്നു അവരുടെ ഇപ്പോഴത്തെ അഗാധദുഃഖം.

കോലാഹലത്തിനൊടുവിൽ റെക്ടർ യ്വെറ്റിക്ക് ഇരുപത് ഷില്ലിങ് നൽകി. അവളെ ബുദ്ധിമുട്ടിക്കുന്നതിന് കൂട്ടുനിന്നതിന്. യ്വെറ്റിക്ക് സിസി അമ്മായിയിൽനിന്ന് കടമെടുത്ത തുക, അതിന്റെ പലിശ യ്വെറ്റിയുടെ അലവൻസിൽനിന്ന് കട്ടുചെയ്ത തുക എന്നിവയ്ക്കുള്ള ആശ്വാസം കണ്ടെത്തലായിരുന്നു ഫലത്തിൽ അത്.

"ഒരു തെറ്റുകാരിയുടെ അച്ഛനെന്ന നിലയ്ക്ക് ഞാൻ ഇരുപത് ഷില്ലിങ് ഫൈൻ അടച്ചിരിക്കുന്നു. ഇതുകൊണ്ട് ഞാനെന്റെ പാപത്തിന്റെ ചാരം തൂത്തുകളയും" റെക്ടർ ചിരിച്ചു.

പണവിഷയത്തിൽ അങ്ങേയറ്റം മര്യാദയുള്ളവനായിരുന്നു റെക്ടർ. പണസംബന്ധമായ ഇടപാടുകൾ ഒഴിവാക്കിയാൽ താൻ പൂർണമായും മര്യാദയുള്ള ഒരാളാണെന്ന് റെക്ടർ വിശ്വസിച്ചു. യ്വെറ്റിക്കു വേണ്ടി റെക്ടർ കൈമാറിയ തുക, മര്യാദയ്ക്കുമപ്പുറത്ത് അവൾക്കുമേൽ തനി ക്കുള്ള നിയന്ത്രണത്തെ ഉറപ്പിക്കാൻ കൂടിയായിരുന്നു.

നോട്ടങ്ങളിൽനിന്ന് ഇപ്പോൾ റെക്ടറിന് കാര്യങ്ങൾ വായിച്ചെടു ക്കുവാനുമായി. സ്വയം സുരക്ഷിതനായി എന്ന് അയാൾ വിശ്വസിച്ചു.

സിസി അമ്മായിക്കൊന്നും മറക്കാനായില്ല. ലൂസില്ലെ ഒരു പാർട്ടിക്കു പോയിരുന്ന ഒരു രാത്രി യ്വെറ്റി വേഗമുറങ്ങാൻ കിടന്നു. അവളുടെ നനുത്ത നീളൻ കാലുകളിൽ വേദനയുണ്ടായിരുന്നു. സിസി അമ്മായി പതിയെ വാതിൽ തുറന്നെത്തി നോക്കി. യ്വെറ്റി ഭയന്നു നിലവിളിച്ചു പോയി. അവൾ വിളിച്ചുപറഞ്ഞു.

"നുണച്ചി, കള്ളി, സ്വാർഥ, ജന്തു, നാട്യക്കാരി, അത്യാഗ്രഹി"

സിസി അമ്മായി തുറന്നപാടെ വാതിലടച്ചുകളഞ്ഞു. ചാരക്കളർ മുഖംമൂടിക്കിടയിലെ യഥാർഥ മനസിനോടുള്ള കെട്ടിക്കിടന്ന വെറുപ്പ് ഹിസ്റ്റീരിയരോഗി കണക്കെ യ്വെറ്റി പതച്ചുതുപ്പി.

യ്വെറ്റി കിടക്കയിൽനിന്ന് ചാടിയെണീറ്റ് വാതിലടച്ചു കുറ്റിയിട്ടു. തകർക്കപ്പെട്ട ആത്മാഭിമാനം, വിഭ്രാന്തി നിറഞ്ഞ ചിന്തകൾ ആകെ താറു മാറായിപ്പോയ യ്വെറ്റി കട്ടിലിലേക്കിഴഞ്ഞു ചെന്നു. നിയന്ത്രിക്കാൻ കഴി യാതെ യ്വെറ്റി ഒരു ചിരിചിരിച്ചു.

സിസി അമ്മായിയുടെ പെരുമാറ്റം യ്വെറ്റിയെ വല്ലാതെയൊന്നും വേദനിപ്പിച്ചിരുന്നില്ല. ഒരുപാട് സമയത്തിനുശേഷം ഒരു ആശ്ചര്യത്തിന്റെ മാനസികാവസ്ഥയാണാ ഓർമകൾ ഉണ്ടാക്കിയത്. എന്നിട്ടും യ്വെറ്റിക്ക് വേദനിച്ചു-കാലുകളിൽ, ശരീരത്തിലാകമാനം, ലൈംഗികബോധത്തിൽ ശരീരവും മനസും വേദനിച്ചുകൊണ്ടേയിരുന്നു, പാതി തകർന്നു, മരവി ച്ചു. എന്തൊക്കെയാണ് സംഭവിച്ചുകൊണ്ടിരിക്കുന്നതെന്നറിയാതെയായി.

വെറുതെ കിടന്ന് ഒരു ജിപ്സിപ്പെണ്ണായി ജനിക്കാതിരുന്നതിൽ അവൾ പശ്ചാത്തപിച്ചു. ജീവിക്കാനൊരു കാരവാൻ ക്യാമ്പ്, പാരീഷി നെക്കുറിച്ചോ പള്ളിയെക്കുറിച്ചോ ഓർക്കേണ്ട. വീട്ടിൽ കാലുകു ത്തേണ്ടതില്ല. റെക്ടറോടുള്ള വിരക്തിയിൽ യ്വെറ്റിയുടെ ആലോചന കൾക്ക് വീണ്ടും സ്വസ്ഥത കെട്ടു. എടുപ്പിലും ബാത്ത്റൂം സംവിധാന ത്തിലുമെല്ലാം അവൾക്കാ വീടിനോടു വെറുപ്പുതോന്നി. ആ വീടിന്റെ ഓരോ മട്ടിനോടും എടുപ്പിനോടും അവൾ അകന്നു, വെറുത്തു. എപ്പോഴും നിശ്ചലമായ, മലീമസമായ വല്ലാത്തൊരു ജീവിതം. അവിടെ തമ്പടിച്ചി രിക്കുന്ന രണ്ട് കാലുള്ള ഓരോ ജന്തുവിനും വൃത്തികേടിന്റെ മണമാ ണ്. ജിപ്സികൾക്ക് ബാത്ത്റൂമോ ഡ്രൈനേജ് സംവിധാനമോ ഇല്ല. എന്നിട്ടും അവരുടെ കാരവാൻ നിറയെ ശുദ്ധവായുവാണ്. അതവരുടെ ആത്മാവിലെത്തിയിട്ടുണ്ട്.

മരവിച്ച കാലുമായി കിടക്കുമ്പോൾ എന്തുകൊണ്ടോ വെറുപ്പുമാത്രം

അവളുടെ മനസിലേക്ക് കയറിവന്നു, പുറത്തുപോയി. അവളാ ജിപ്സി പ്പെണ്ണിന്റെ വാക്കുകളോർത്തു. "ഒരിക്കലുമൊരു വീട്ടിലും താമസിച്ചിട്ടി ല്ലാത്തൊരു ഇരുണ്ട നിറമുള്ള യുവാവ് നിന്നെ പ്രണയിക്കുന്നുണ്ട്. മറ്റു ള്ളവരെല്ലാം നിന്റെ ഹൃദയത്തെ ചവിട്ടിമെതിച്ചുകൊണ്ടിരിക്കുകയാണ്. നീ മരിച്ചുവെന്നുറപ്പാവുംവരെ അതവർ തുടരും. ഒരു ചെറിയ അഗ്നി സ്ഫുലിംഗം കൊണ്ടാണാ ഇരുണ്ട മനുഷ്യൻ നിന്റെ ജീവിതത്തിരി കൊളുത്തുക. എത്രനല്ല തിരിനാളമാണയാൾ കൊളുത്തിവച്ചതെന്ന് നിനക്ക് വഴിയെ മനസിലാവും."

യ്‌വെറ്റി അത് വകവെച്ചില്ല. ഒരു വാശിക്കാരി കുട്ടിയുടെ കുറുമ്പോടെ ആ വീടിന്റെ തണുത്ത അകത്തേയും അത് നെയ്യുന്ന ജീവിതക്കമ്പള ത്തിന്റെ അഴുകിയ ഗന്ധത്തേയും യ്‌വെറ്റി വെറുത്തു. വെറുപ്പ് ഉറച്ചുക ട്ടിയാവുന്നതിനോടൊപ്പം ഒരടുപ്പവും യ്‌വെറ്റിയുടെ മനസിൽ കൊരുത്തു വന്നു. ചെന്നായ്‌മുഖമുള്ള ഇരുണ്ട ഭീമാകാരമായ ആ ജിപ്സിയുവതി യോടുള്ള അടുപ്പം തന്റെ നനുത്തകൈയിൽ ചെന്നായ്‌ക്കാലുപോലെ നഖമമർത്തിവെച്ച ആ ഇരുണ്ട കരുത്തുറ്റ കരങ്ങളെ അവളിഷ്ടപ്പെട്ടു. ധീരയും മെരുങ്ങാത്തവളും ആത്മാഭിമാനിയുമായി എല്ലാ സദാചാര പ്രക ടനങ്ങളേയും വെല്ലുവിളിക്കുന്ന അവളുടെ സ്ത്രീത്വത്തെ ഇഷ്ടപ്പെട്ടു. ഈ പ്രപഞ്ചത്തിലെ ആർക്കാണ് ആ ഇരുണ്ട സുന്ദരിയെ തന്റെ കാൽച്ചോട്ടിലമർത്തിവയ്‌ക്കാനാവുക? തന്റെ വീട് പടുത്തുവയ്‌ക്കുന്ന കപ ടസദാചാരക്കോട്ടയെ ദേഹമാസകലം ഓടിയൊലിക്കുന്ന ഓരോ തുള്ളി ചോരകൊണ്ടും വെറുക്കണമെന്നു തോന്നി യ്‌വെറ്റിക്ക്, മാതറിനെ ശ്വാസം മുട്ടിച്ച് വകവരുത്തണമെന്നും തോന്നി. അതേ വെറുപ്പുതന്നെയാണ് ഡാഡിയോടും ഫ്രെഡ് അമ്മാവനോടും അവൾക്കു തോന്നിയത്. ആണു ങ്ങളെന്നു വിളിക്കപ്പെടുന്ന വെറും വളർത്തുനായ്‌ക്കൾ!!

ജിപ്സിയുവാവ്, ആഗ്രഹങ്ങൾകൊണ്ട് വിടർത്തി നിർത്തിയ ധീര മായ ആ വലിയ കണ്ണുകളുടെ ഓർമ അവളുടെ ശരീരത്തെ ഇളക്കിമ റിച്ചു. ശക്തികൂടിയ ഏതോ ഒരു മരുന്ന് തളർത്തിക്കിടത്തിയാലെന്ന പോലെ അവൾ കിടക്കയിൽ കുഴഞ്ഞുകിടന്നു.

സിസി അമ്മായിയുടെ ജനാലഫണ്ടിൽനിന്ന് ദുഷ്‌പേര് കേൾപ്പിച്ച് അപ്രത്യക്ഷമായ ആ രണ്ട് പൗണ്ട് ജിപ്സിയുവതിയുടെ കരുത്തുറ്റ ഉള്ളം കൈകളിലേക്കാണ് താൻ വകമാറ്റിയതെന്ന് അവളാരോടും പറഞ്ഞില്ല. അത് ഡാഡിയും സിസി അമ്മായി തന്നെയും അറിഞ്ഞാലത്തെ അവസ്ഥ അവൾക്ക് ഊഹിക്കാവുന്നതല്ല. ആ യുവാവിനെക്കുറിച്ചുള്ള ഓർമയിൽ വീടിനോടുള്ള വെറുപ്പ് സാവധാനം തണുത്തുറഞ്ഞ് കട്ടിയായി. അവൾക്ക് വീണ്ടും പ്രസരിപ്പുണർന്നുവന്നു. അൽപ്പസമയം കഴിഞ്ഞപ്പോൾ ലൂസില്ലെ തിരിച്ചെത്തി. യ്‌വെറ്റിയുടെ വാതിലിൽ സിസി അമ്മായി നട ത്തിയ നാടകക്കളികളെക്കുറിച്ച് കേട്ട് ലൂസില്ലെക്ക് കോപമടക്കാൻ വയ്യാ തായി.

"ഇവറ്റകളെ തൂക്കിക്കൊല്ലണം" ലൂസില്ലെ ഒച്ചവെച്ചു.

"ഇതിനെച്ചൊല്ലി നമ്മളെത്ര കേട്ടുകഴിഞ്ഞു. ഇനിയൊരുവനും മിണ്ട രുത്. പ്രിയപ്പെട്ട പറുദീസേ, അവിടേക്കിനിയും തിരിച്ചറിയാനാവുന്നില്ലേ ഇവിടത്തെ സിസി അമ്മായി അവിടത്തേക്കായി കാത്തിരിക്കുന്നു. ഉത്ത രവാദിത്വമേറ്റെടുക്കേണ്ട ഡാഡിപോലും ഇതെല്ലാം ഉപേക്ഷിച്ചിരിക്കുന്നു. പിന്നെ ഇവർക്കെന്തു കാര്യം?"

റെക്ടർ ഈവകകാര്യങ്ങൾ എന്നോ വിട്ടുകഴിഞ്ഞിരുന്നു. ചില പ്രത്യേക ലൈസൻസുകൾ കിട്ടിയവളെപ്പോലെ യ്വെറ്റി കൂടുതൽ താന്തോന്നിയായി നടക്കാൻ തുടങ്ങിയത് സിസി അമ്മായിയെ കൊടും പിരികൊള്ളിച്ചു. മറ്റുള്ളവരുടെ വികാരങ്ങളെ അറിയാതിരിക്കുകയോ ശ്രദ്ധിക്കാതിരിക്കുകയോ ചെയ്യുന്ന യ്വെറ്റിയുടെ ചെയ്തികൾ അവരെ വട്ടുപിടിപ്പിച്ചു. തന്റെ മൂക്കിനുകീഴെ ആയാൽപ്പോലും മറ്റുള്ളവരുടെ വികാരങ്ങളെ വകവയ്ക്കാത്ത ആ കഴിവുകെട്ട അമ്മയുടെ മകളെ എന്തിന് പൊക്കിക്കൊണ്ടു നടക്കണം?

ലൂസില്ലെയുടെ അസ്വസ്ഥതകൾക്കതിരുകളില്ലായിരുന്നു. ആ വീട്ടി ലേക്കു കയറിച്ചെന്നപ്പോൾത്തന്നെ തന്റെ ശരീരത്തിന്റെ തുലനാവസ്ഥ നഷ്ടപ്പെട്ടിട്ടുണ്ടെന്നവൾക്കു തോന്നി. ആലോചിച്ചു ചെയ്യുന്നവളും ഉത്ത രവാദിത്വബോധമുള്ളവളുമായിരുന്നു ലൂസില്ലെ. ഡോക്ടറുടെ കാര്യം, മരുന്നുകൾ, ജോലിക്കാർ, വീട്ടിലെ അധിക ഉത്തരവാദിത്വങ്ങളെല്ലാമേ റ്റെടുത്തു നടത്തിയിരുന്നത് അവളായിരുന്നു. പട്ടണത്തിലെ ഏതോ ഒരു കുടുസുമുറിയിൽ കൃത്രിമ വെളിച്ചത്തിനു ചോട്ടിലിരുന്ന് രാവിലെ പത്തു മണിമുതൽ വൈകീട്ട് അഞ്ചുമണിവരെ അടിമവേല ചെയ്യാൻപോലും പാകം വന്ന മനസായിരുന്നു. എന്നിട്ടും വീട്ടിലെത്തുമ്പോൾ മാതറിന്റെ അമിതമായ തലയിടലിലും ഇത്തിൾക്കണ്ണി സ്വഭാവത്തിലും കുരുങ്ങി ഞരമ്പുകൾ അമർത്തി ഉരസിയായിരുന്നു അവളുടെ നടപ്പ്.

ജനാലഫണ്ട് പ്രശ്നങ്ങൾ എറെക്കുറെ പരിഹരിക്കപ്പെട്ടിട്ടും വീട്ടിലെ അന്തരീക്ഷം മോശമായിത്തുടർന്നു. ഒരുതരം വല്ലാത്ത മാനസികസം ഘർഷം എല്ലാവരുടെ മനസിലും മായാതെ അവശേഷിച്ചു. ഒരുപാതി അവധിദിവസം മുഴുവൻ വീട്ടിൽ തങ്ങിയിട്ടും ലൂസില്ലെക്ക് കാര്യമായി ട്ടൊന്നും ചെയ്യാനായില്ല. റെക്ടർ വായനാമുറിയിൽ തന്നെയായിരുന്നു. മാതർ കിടക്കയിലും. ലൂസില്ലെ നീലച്ച ഫ്രെഞ്ചുസിൽക്കിൽ ഒരു പാവാട തുന്നിത്തുടങ്ങി. കുപ്പായക്കൈയിലെ തൊങ്ങലുകൾ പിടിപ്പിക്കുന്നത് അൽപ്പം വഴിവിട്ട കളിയായതുകൊണ്ട് യ്വെറ്റി സഹായത്തിനെത്തി. അതൽപ്പം ബുദ്ധിമുട്ടുള്ള കാര്യമായിരുന്നു. ലൂസില്ലെ പരിഭ്രമിച്ചെന്തൊ ക്കെയോ ചെയ്തുതുടങ്ങി.

"സുഹൃത്തെ, വെകിളി പിടിക്കുന്നതെന്തിന്? ഇപ്പോഴേ ഇതു നന്നാ യിട്ടുണ്ട്" യ്വെറ്റിയുടെ തുടുത്ത കുട്ടിത്തം തോന്നിപ്പിക്കുന്ന കൈകൾ തണുപ്പുതട്ടി നീലച്ചു തുടങ്ങിയിരുന്നു.

"എന്റെ ഒഴിവുദിനത്തിന്റെ പാതികളഞ്ഞതിന് ഇത്തരത്തിലാണ് നീ നന്ദിപറയുന്നതെങ്കിൽ ഞാനിനി എനിക്കുവേണ്ടി ചിലതുണ്ടാക്കാൻ പോവുകയാണ്" ലൂസില്ലെക്കു ദേഷ്യം വന്നുതുടങ്ങിയിരുന്നു.

"ഞാനിതൊരിക്കലും നിന്നോടാവശ്യപ്പെട്ടിട്ടില്ലല്ലോ"

സ്വതസിദ്ധമായ വിരക്തിയുടെ നോട്ടത്തോടെ തന്റെ നഗ്നമായ തോൾ കണ്ണാടിയിൽ കണ്ടുകൊണ്ട് ലൂസില്ലെ പറഞ്ഞു. "ശരിയാണ്. നീ എന്തിനാണ് മടുപ്പു കാണിച്ചിരുന്നതെന്നും ദീർഘമായി നിശ്വസിച്ചി രുന്നതെന്നും എനിക്കു മനസിലാക്കാനായിട്ടില്ല."

യ്വെറ്റി ആശ്ചര്യപ്പെട്ടു- "ഞാൻ, ദീർഘനിശ്വാസം, മടുപ്പ്?"

"നീ അവിടെയിരുന്ന് അങ്ങനെ പലതും ചെയ്തിട്ടുണ്ടെന്ന് നിനക്കു നന്നായിട്ടറിയാം" – ലൂസില്ലെ.

"എനിക്കോ? എനിക്കറിയില്ല, എപ്പോൾ?" ലൂസില്ലെയുടെ വാക്കു കൾക്കുമേൽ യ്വെറ്റി മടുപ്പു നിറച്ചുവെച്ചു.

"നീ ഇത് ഈ നിമിഷം നിർത്തിയില്ലെങ്കിൽ ഞാനിതോടെ എന്റെ ജോലി അവസാനിപ്പിക്കും." മുഴക്കമുള്ള ശബ്ദത്തിൽ ലൂസില്ലെ പറ ഞ്ഞു.

"നീ എത്രത്തോളമാണ് മറ്റുള്ളവരെ വേദനിപ്പിക്കുന്നതും ശല്യപ്പെ ടുത്തുന്നതും" ചുടൻ ഇഷ്ടികയിൽ നെടുക്കനെ നിന്നിട്ടെന്നപോലെ യ്വെറ്റി പ്രസ്താവനയിറക്കി. ലൂസില്ലെ കണ്ണുകൊണ്ട് യ്വെറ്റിയുടെ മുഖത്ത് പലതവണ മിന്നൽപ്പിണരുകളുണ്ടാക്കി.

"നിർത്ത് നിന്റെ അധികപ്രസംഗം." യ്വെറ്റി ഒച്ചയിട്ടു.

"വെറുപ്പും അസഹനീയതയും മാത്രമേ നിന്റെ ഈ വൃത്തികെട്ട ദേഷ്യത്തിനുണ്ടാക്കാൻ കഴിയൂ. എന്തിനു മറ്റുള്ളവരെ ഇങ്ങനെ കഷ്ട പ്പെടുത്തണം".

പാതി തയാറാക്കിയ പാവാടയൂരി മറ്റൊന്നു ധരിക്കുകയായിരുന്നു യ്വെറ്റി. "ശരി. പക്ഷേ, എന്റെ ദേഷ്യത്തെക്കുറിച്ച് എനിക്കിത് പുതിയ അറിവാണ്." യ്വെറ്റി പറഞ്ഞു.

മൂകത ധാരാളിത്തം കാട്ടുന്ന ആ മങ്ങിയ ഉച്ചനേരത്ത് യ്വെറ്റിയെ ഒരു തണുത്തനോട്ടം കൊണ്ടുഴിഞ്ഞ് ലൂസില്ലെ വീണ്ടും ജോലിയിൽ മുഴുകി. തറമുഴുവൻ നീളച്ച വെട്ടുകഷ്ണങ്ങളും കത്രികയും ചിതറി ക്കിടന്നിരുന്നു. തുന്നൽസാമഗ്രികൾ നിറച്ചുവെച്ചിരുന്ന ചെറിയ കൂട മേശ പ്പുറത്ത് ചിതറിപ്പോയിട്ടുണ്ട്. കണ്ണാടിയാണെങ്കിൽ എപ്പോൾ വേണമെ ങ്കിലും ഉടയാമെന്ന നിലയിൽ പിയാനോക്കു മുകളിലായിരുന്നു.

മാതർ തന്റെ പതുപതുത്ത വലിയ മെത്തയിൽ എണീറ്റിരുന്ന് തൊപ്പി യുടെ ഇരുപ്പ് ശരിയാക്കിക്കൊണ്ടിരുന്നു. അവളുടെ അടഞ്ഞ കാതിലേക്ക് ശബ്ദം കയറിയെത്തിയിരുന്നു.

ഒരു കുടയിൽ ചോക്ലേറ്റ് തിരഞ്ഞുകൊണ്ട് സിസി അമ്മായി കയറി വന്നു.

"ഉറക്കം ശരിയായില്ല"– മാതർ പറഞ്ഞു.

"യ്വെറ്റി," സിസി അമ്മായി വിളിച്ചു "അടുക്കള മുഴുവൻ പേപ്പർ കഷ്ണങ്ങൾ ചിതറിക്കിടക്കുന്നു. ഇത്രയും വൃത്തികേടായി ഞാനിവിടം ഇതുവരെ കണ്ടിട്ടില്ല." അവർ പറഞ്ഞു.

"ഒരു മിനിട്ട്, ഉടനെ ശരിയാക്കാം." യ്‌വെറ്റി പറഞ്ഞു. "അതായത് ഉടനെയൊന്നും അത് നേരെയാവാൻ പോവുന്നില്ല" അവിടെയൊരു നിശ്ശബ്ദതയുണ്ടായി. പുസ്തകം വായിക്കുന്നതിനിടെ കൈകൾ മുടിയിൽവച്ചമർത്തിക്കൊണ്ടിരിക്കുകയായിരുന്നു ലൂസില്ലെ.

"നീ വേഗം വൃത്തിയാക്ക് യ്‌വെറ്റി"

"ചായയ്‌ക്ക് മുമ്പ് ഞാനത് ചെയ്‌തോളാം."

തലയുയർത്തി ആ നീലഡ്രസ് തലയിലേക്കെല്പ്പം കയറ്റിയിട്ട് പാതി പണിത സ്ലീവ്‌ലെസ് കുപ്പായത്തിന്റെ കൈദ്വാരത്തിലേക്ക് കൈകൾ കയറ്റിനിർത്തി അവൾ കണ്ണാടിയിലേക്ക് തിരിഞ്ഞു.

ഇതിനിടയിൽ പിയാനോക്ക് മുകളിൽ വച്ചിരുന്ന കണ്ണാടിയെടുക്കാൻ അവളൊരു ശ്രമം നടത്തിയെങ്കിലും അത് താഴെവീണു. കണ്ണാടി ഉടഞ്ഞില്ല.

"അവളാ കണ്ണാടി ഉടച്ചു" സിസി അമ്മായി ഒച്ചയിട്ടു.

"ഉടച്ചോ, ഏത് കണ്ണാടി? ആര്?" മാതരും ഇടപെട്ടു.

"ഞാനൊന്നും ഉടച്ചിട്ടില്ല" യ്‌വെറ്റി ശാന്തസ്വരത്തിലാണത് പറഞ്ഞത്.

"നീയിനിയതവിടെ കയറ്റിവയ്‌ക്കാതെ" ലൂസില്ലെ ഓർമിപ്പിച്ചു.

ബഹളത്തിനിടയിൽ കണ്ണാടി മാറ്റി മറ്റൊരിടത്ത് വയ്‌ക്കാൻ യ്‌വെറ്റി ശ്രമിച്ചെങ്കിലും വിജയിച്ചില്ല.

"ഓരോരുത്തർക്കും അവരവരുടെ റൂമിൽ അടുപ്പുണ്ടായിരുന്നെങ്കിൽ ഒരു തയ്യൽവേലയ്‌ക്കുവേണ്ടി ഇത്രപേരെ അസ്വസ്ഥരാക്കേണ്ടി വരുമായിരുന്നില്ല" യ്‌വെറ്റി പ്രതിഷേധിച്ചു.

"ഏതു കണ്ണാടിയാണ് നീ സ്ഥാനം മാറ്റുന്നത്?" മാതർ ചോദിച്ചു.

"ഞങ്ങളുടേത്, വികാരിയുടെ വീട്ടിൽ നിന്നുള്ളത്." യ്‌വെറ്റി പറഞ്ഞു.

"ഏത് വീട്ടിൽ നിന്നുള്ളതാണെങ്കിലും ഈ വീട്ടിൽവെച്ച് അത് ഉടയ്‌ക്കാതിരിക്കൂ." മാതർ പറഞ്ഞു.

ആ വീട്ടിലെ ഒട്ടധികം ഫർണിച്ചറുകളും സിന്ദിയയുടെ വീട്ടിൽ നിന്നുള്ളതായിരുന്നു. അവളോടുള്ള അതൃപ്തി ആ വസ്തുവകകളോടും പലരും കാണിച്ചു. അടുക്കളയാവശ്യത്തിനും വേലക്കാരുടെ ആവശ്യത്തിനുമായി ആ തൊട്ടാവാടിക്കലയിലൂടെ വന്ന ഫർണിച്ചറുകൾ പലതും മാറ്റിയൊതുക്കിയിരുന്നു.

"എനിക്ക് കൺകെട്ടുവിദ്യകളറിയില്ല, അത് കണ്ണാടിയുടെ കാര്യത്തിലായാലും, മറ്റു വസ്തുവകകളുടെ കാര്യത്തിലായാലും" യ്‌വെറ്റി വിട്ടുകൊടുത്തില്ല.

"സ്വന്തം ചെയ്‌തികളുടെ ഉത്തരവാദിത്വമേറ്റെടുക്കാൻ തയാറാവാത്തവൾക്ക് ചുറ്റിലുമെന്തു നടന്നാലും പുല്ലാണ്." ഗ്രാനി പറഞ്ഞു.

"തുറന്നുപറയട്ടെ, ഞാനുടച്ചാൽത്തന്നെയും ഇതെന്റെ കണ്ണാടിയാണ്" യ്‌വെറ്റിയും വിട്ടുകൊടുത്തില്ല.

"പക്ഷേ, ഇവിടെ ഇതുവരെ ഒരു കണ്ണാടിയും ഉടഞ്ഞിട്ടില്ല, അത് ആരുടേതായാലും. സിസി എന്റെ തൊപ്പിയെന്നു ശരിക്കുവയ്ക്കൂ" മാതർ രംഗം വിടാൻ പോവുകയാണ്.

സിസി അമ്മായി ആ വൃദ്ധയ്ക്ക് വഴിയുണ്ടാക്കിക്കൊടുത്തു. യ്വെറ്റി അടക്കാനാവാത്ത വെറുപ്പോടെ ഇല്ലാത്തൊരു പാട്ട് ഉച്ചത്തിൽ പാടാൻ ആരംഭിച്ചു.

"ഒന്നുപോയിത്തരുമോ യ്വെറ്റി?" സിസിക്ക് ദേഷ്യം അടക്കാവുന്ന തിലുമപ്പുറമായിരുന്നു.

"ദൈവമേ" യ്വെറ്റി ദേഷ്യത്തോടെ നിലവിളിച്ചു. "നിസ്സാര കാര്യ ങ്ങൾക്ക് പരിഭ്രമിക്കുകയും ചീത്തവിളിക്കുകയും ചെയ്യുന്ന ഒരുപാട് പേർക്കിടയിൽ എങ്ങനെ ജീവിക്കണമെന്നെനിക്കറിയില്ല."

"ഞാനുമൊന്നറിഞ്ഞോട്ടെ, ആരാണീ ഒരുപാട് പേർ." സിസി അമ്മായി ചോദിച്ചു. ലൂസില്ലെ തുറിച്ചുനോക്കി. രണ്ടുപേരിലും സിന്ദിയ യുടെ രക്തം തിളച്ചുമറിഞ്ഞു.

"നിങ്ങളത് ചോദിക്കും. വൃത്തികെട്ട ഇവിടത്തെ ആളുകളെയാണു ദ്ദേശിച്ചതെന്ന് ഇനിയെങ്കിലും അറിഞ്ഞാലൂ." യ്വെറ്റി പൊട്ടിത്തെറിച്ചു.

"ചുരുങ്ങിയപക്ഷം ഞങ്ങളാരുമൊരു സദാചാരവിരുദ്ധതയിൽനിന്ന് പുറത്തിറങ്ങിയവരല്ല" ആ ശബ്ദം മുത്തശ്ശിയുടേതായിരുന്നു. ഒരുനിമിഷം അവിടമാകെ നിശ്ചലമായി. ലൂസില്ലെ തീപാറുന്ന കണ്ണുകളോടെ എഴു ന്നേറ്റു.

"വായ്പൂട്ട്" കരുത്തുറ്റ ശബ്ദത്തിൽ അവളലറി.

പറയാൻ പേരില്ലാത്ത വികാരങ്ങൾകൊണ്ട് മാതറിന്റെ മനസിന്റെ കനംപെരുത്തു. ഒരു ഇടിമിന്നൽ കഴിഞ്ഞാലെന്നപോലെ തുടർന്നുള്ള നിമിഷങ്ങൾ നിർജീവമായി.

കടുംകോപത്തിൽ സിസി ഓടിച്ചെന്ന് ലൂസില്ലെയെ പിന്നോട്ടുതള്ളി.

"പോ നിന്റെ മുറിയിലേക്ക്" സിസി അമ്മായി അലറി. കത്തുന്ന കണ്ണുകളുള്ള ആ വെളുത്ത ശരീരത്തെ, ലൂസില്ലെയെ സിസി അമ്മായി മുറിയിൽനിന്നും പുറത്തേക്ക് തള്ളിനീക്കി. അവർ ഉച്ചത്തിൽ ഒച്ചയിട്ടു.

"ഇതിന് മാപ്പുപറഞ്ഞിട്ട് ഇനി ആ റൂമിൽനിന്ന് പുറത്തിറങ്ങിയാൽ മതി. മാതറിനോട് മാപ്പുപറഞ്ഞതിനുശേഷം മാത്രം."

വരാന്തയിൽനിന്ന് ഉറച്ചസ്വരത്തിൽ ലൂസില്ലെ മറുപടി പറഞ്ഞു.

"ഞാനൊരിക്കലും മാപ്പുപറയില്ല" കടുത്ത വെറുപ്പോടെ സിസി അമ്മായി അവളെ കോണിപ്പടിയിലേക്ക് തള്ളിക്കയറ്റി.

ഇരിപ്പുമുറിയിൽ യ്വെറ്റി അപമാനിതയായും അസാധാരണമാംവിധം സംശയാലുവായും ചിന്തിച്ചുനിന്നു. പാതിപണിഞ്ഞ നീലക്കുപ്പായത്തിന്റെ സ്ലീവ്ലെസ് കൈകളിൽ തണുപ്പ് തട്ടുന്നുണ്ടായിരുന്നു. ലൂസില്ലെയുടെ പെട്ടെന്നുള്ള അക്രമണം ഉണ്ടാക്കിയ ആശ്ചര്യം അവൾക്ക് പൂർണമായും മാറിപ്പോയിട്ടുണ്ടായിരുന്നില്ല.

"സത്യത്തിൽ ഞാനിത് പ്രതീക്ഷിച്ചില്ല" മാതര്.

"ഇല്ലേ" യ്വെറ്റി നിർവികാരയായി ചോദിച്ചു.

"തീർച്ചയായും ഇല്ല. നമ്മൾ തെറ്റുചെയ്യുന്നവരല്ല. സദാചാരം കാത്തുസൂക്ഷിക്കുന്നവരാണ്. കണ്ണാടി പൊട്ടിപ്പോവാതിരിക്കാൻ ശ്രദ്ധി ക്കണമെന്നു മാത്രമായിരുന്നു ഞാൻ പറഞ്ഞതിന്റെ ഉദ്ദേശ്യം."

യ്വെറ്റിക്ക് കാതുകളെ വിശ്വസിക്കാനായില്ല.

ഇതാണോ ശരി? അതോ ഈ പ്രായത്തിൽ മുത്തശ്ശി പച്ചക്കള്ളം പറയുകയാണോ? യ്വെറ്റിക്കുറപ്പുണ്ടായിരുന്നു അത് മുത്തശ്ശിയുടെ വലി യൊരു കള്ളനാണയമാണ്. ഒരു മൂളിപ്പാട്ടുപാടി റെക്ടർ വന്നുചേർന്നു. എന്താണുപ്രശ്നം?"

ശ്രദ്ധയോടെയും മര്യാദയോടെയുമായിരുന്നു ആ അന്വേഷണം.

"ഒന്നുമില്ല"– യ്വെറ്റി പറഞ്ഞു.

ലൂസല്ലെ മുത്തശ്ശിയോട് മിണ്ടാതിരിക്കാൻ പറഞ്ഞു. സിസി അമ്മായി അവളെ തള്ളി റൂമിൽ കൊണ്ടുചെന്നാക്കി. ആ സമയത്ത് ലൂസില്ലെ അൽപ്പം അതിരുകടന്നിരുന്നു. യ്വെറ്റി പറഞ്ഞതിന്റെ പൊരുൾ മാതറിന് മനസിലായിരുന്നില്ല.

"സ്വന്തം ഞരമ്പുകളെ വരുതിയിൽ നിർത്താൻ ലൂസില്ലെ പഠിക്കു കതന്നെ വേണം." മാതർ പറഞ്ഞു.

"അവിടെയൊരു കണ്ണാടി താഴെവീണു. അതെന്നെ വിഷമിപ്പിച്ചു. അത് യ്വെറ്റിയോട് പറഞ്ഞപ്പോൾ അവൾ അതിമാനുഷ ശക്തിയെക്കു റിച്ചും വൃത്തികെട്ട ഇവിടത്തെ ആളുകളെക്കുറിച്ചും പറയുന്നു."

ഇതിനിടെ സിസി കയറിവന്നു. ഒരുനിമിഷം മിണ്ടാതെനിന്നു.

"മാതറിനോട് മാപ്പുപറയാതെ പുറത്തിറങ്ങേണ്ടതില്ലെന്ന് ഞാനവ ളോട് പറഞ്ഞിട്ടുണ്ട്" – സിസി അമ്മായി പറഞ്ഞു.

"മാപ്പുപറയുന്ന കാര്യം എനിക്ക് സംശയമാണ്."– ശാന്തയായി തന്റെ നഗ്നമായ കൈകൾ കൂട്ടിപ്പിടിച്ചിരുന്നു യ്വെറ്റി.

"എനിക്കൊരു ക്ഷമാപണവും വേണ്ട. ഇതൊക്കെ ഒരുതരം ഞരമ്പു രോഗമാണ്. ഈ പ്രായത്തിൽ ഇങ്ങനെയായാൽ എന്തൊക്കെ സംഭവി ക്കുമെന്നെനിക്കറിയില്ല, സിസി ആർതറിന് ചായ വേണമെന്നു തോന്നു ന്നുണ്ടാവും." മുത്തശ്ശി ഓർമിപ്പിച്ചു.

പഴയ ട്യൂൺ ഇല്ലാത്ത മൂളിപ്പാട്ടിന് ഉച്ചത്തിൽ ഈണംകൊടുത്തു കൊണ്ട് യ്വെറ്റി മുകളിലേക്ക് പോവാൻ തുടങ്ങുകയാണ്.

"ആഹ്ലാദിക്കൂ" റെക്ടർ വിളിച്ചുപറഞ്ഞു.

യ്വെറ്റി ഏറ്റുപറഞ്ഞുകൊണ്ട് മുകളിലേക്ക് കയറിപ്പോയി, പാതി തുന്നിയ നീലക്കുപ്പായം കൈയിലെടുത്തുകൊണ്ട് അവൾക്ക് ലൂസി ല്ലെയെ ആശ്വസിപ്പിക്കണമെന്നുണ്ട്. തന്റെ കുപ്പായത്തിൽ എങ്ങനെ തൊങ്ങലുകൾ പിടിപ്പിക്കണമെന്ന് അന്വേഷിച്ചറിയണമെന്നും. പതിവു പോലെ ജനാലയ്ക്കരികിൽ ചാരിനിന്ന് അവൾ പുറത്തേക്കു നോക്കി.

വിജനമായ റോഡിലേക്ക് നീണ്ടുകിടക്കുന്ന പാലത്തിലേക്ക്. ഷാലട്ടിലെ പെൺകുട്ടിയെപ്പോലെ ടിറാ ലിറാ പാടിക്കൊണ്ടൊരാൾ കടന്നുവരുന്ന തിനെക്കുറിച്ചവൾ സ്വപ്നം കണ്ടു. പുഴകടന്ന് തനിക്കു സമാനമായ ബുദ്ധിശക്തിയുമായി ഒരാൾ അടുത്തടുത്ത് വരുന്നതിനെക്കുറിച്ച്.

# നാല്

**ചാ**യ സമയമായിരുന്നു. വീടിന്റെ ഇരുവശങ്ങളിലൂടെയും വീശി യടിച്ചിരുന്ന കാറ്റിൽ ഗേറ്റിലെ വെള്ളത്തുള്ളികൾ ഉണങ്ങിയിട്ടുണ്ടായി രുന്നു. വൃത്താകൃതിയിലുണ്ടാക്കിയെടുത്ത ചെറിയ കുഴികളിൽ തോട്ട ക്കാരൻ ചെടികൾ നട്ടുകൊണ്ടിരുന്നു. ഗേറ്റിനുപുറത്തെ നരച്ച, ചെളിപി ടിച്ച റോഡ് കല്ലുപാലം വരെ നീണ്ടുകിടന്നു, പിന്നെ വളഞ്ഞുതിരിഞ്ഞ് മുകളിലെ ചെറിയ ഗ്രാമങ്ങൾ കടന്ന് കല്ലുമില്ലു വരേക്കുമാ റോഡ് നിവർന്ന് നീണ്ടിരിക്കുന്നതു കാണാം. താഴെയുള്ള നേർത്ത താഴ്വരയും അവിടമാകെ നിറഞ്ഞു കിടക്കുന്ന നീണ്ടുനിവർന്നു നിൽക്കുന്ന ചിമ്മി നികളും കൂടി യ്‌വെറ്റിക്ക് കാണാനാവുമായിരുന്നു. പാപ്പിൾ ഒരുവശത്ത് അൽപ്പം ചെരിഞ്ഞ താഴ്വാരത്തിലാണ് (റെക്ടറുടെ ചുമതലയിലുള്ള പ്രദേശം) കിടപ്പ്. മറുവശത്ത് പതഞ്ഞൊഴുകുന്ന അരുവി. റക്ടറിയുടെ താഴെയും മുകളിലും നരച്ചുകിടക്കുന്ന ഗ്രാമങ്ങൾ. പിൻവശത്ത് കുന്ന് ചെരിഞ്ഞ് മുകളിലേക്കുയർന്ന് കിടക്കുന്നു. പിന്നെ ഇരുണ്ട് ഇടതൂർന്ന കുറ്റിച്ചെടികൾക്കിടയിലെവിടെയോ റോഡ് മുറിഞ്ഞു പോവുന്നു.

വലിയ ജനൽപ്പാളികളിൽ ചാരിനിന്ന് പാപ്പിൾവികിൽ നിന്നുള്ള ചെരിഞ്ഞ നിരത്തിറങ്ങിവരുന്ന എന്തിനേയോ യ്‌വെറ്റി എപ്പോഴും പ്രതീ ക്ഷിച്ചുകൊണ്ടിരുന്നു. പക്ഷേ, വല്ലപ്പോഴുമൊരു കുതിരവണ്ടിയോ കല്ലു കയറ്റിയ ലോറിയോ ജോലിക്കാരോ അല്ലാതെ പുഴകടന്ന് ടിറാ ലിനായും മൂളിക്കൊണ്ടാരും ആ വഴി കടന്നുവന്നതേയില്ല.

പുല്ലും കൽച്ചുവരുകളും കടന്ന് വെളുത്തു ചാരംമൂടിയ നിരത്തി ലൂടെ അന്നൊരു തൊപ്പിക്കാരൻ ചടുലതയോടെ കുതിരവണ്ടി ഓടിച്ച് കുന്നിറങ്ങിവന്നു. നട്ടുച്ചമയങ്ങിയ ആ നേരത്ത് വണ്ടിയുടെ ആട്ടത്തിന നുസരിച്ച് ആടിയുലഞ്ഞുകൊണ്ട് തൂവലിലും പുല്ലിലും തീർത്ത ചുലു കളും നിറച്ചുവെച്ചാണ് ആ കുതിരവണ്ടിയുടെ വരവ്.

കൈകൾ മടക്കിപ്പിടിച്ച്, കർട്ടൻ പിന്നിലേക്ക് വകഞ്ഞുനിർത്തി യ്‌വെറ്റി ജനലിലേക്ക് ചേർന്നുനിന്നു. കല്ലുപാലത്തിലൂടെ പിറകിലെ ചുലു കൾ കുലുക്കിക്കൊണ്ട് വണ്ടി ചെറുതായൊന്നോടി. ഒരു സ്വപ്നത്തിലെന്ന പോലെയിരുന്നിരുന്ന ഡ്രൈവർ വണ്ടിയുടെ ഉലച്ചിലിൽ ആടിക്കളിച്ചു.

പാലത്തിന്റെ അവസാനത്തിൽ വണ്ടി റെക്ടറിയെ കടന്നുപോവു ന്നയിടത്തുവെച്ച് അയാൾ റെക്ടറിയെ ഒരുപാടുനേരം ഉറ്റുനോക്കി. പെട്ടെന്ന് യ്‌വെറ്റി അതിനുനേരെ കൈവീശിക്കാണിച്ചു. തൊപ്പിക്കു കീഴെ

നിന്ന് അയാളാ കൈകൾ കണ്ടുപിടിച്ചു. അയാളുടെ കുമൻമുഖത്ത് അപ്പോഴും ധീരതമാത്രമായിരുന്നു. വെളുത്ത ഗേറ്റിനരികിലേക്ക് അയാൾ വണ്ടി നീക്കിനിർത്തുംവരെ തണുത്ത നഗ്നമായ കൈവീശി അവളറ്റു നോക്കിക്കൊണ്ട് നിൽപ്പായിരുന്നു.

ഒരുനിമിഷം ചെറിയൊരു തലയാട്ടംകൊണ്ട് അടയാളം കാണിച്ച് കുതിരവണ്ടിക്കാരൻ വണ്ടി ഗേറ്റിനടുത്തുള്ള പുല്ലിനോട് ചേർത്തു നിർത്തി. സാവധാനം ചാടിയിറങ്ങി ടാർപ്പോളിൻ മേലേക്കു തെറുത്തുക യറ്റി അയാൾ രണ്ടുമൂന്ന് ചുലുകൾ പുറത്തെടുത്തു. പിന്നെ വേറെ ചില സാമഗ്രികളും. യ്വെറ്റിയെ നോക്കിക്കൊണ്ട് വെളുത്ത ഗേറ്റുകടന്ന് ജിപ്സി അകത്തേക്കു കടന്നു.

യ്വെറ്റി ഡ്രസ്സ് മാറ്റുന്നതിനായി ബാത്ത്റൂമിലേക്കോടിക്കയറി. താൻ ആംഗ്യം കാണിച്ചത് അയാൾ കണ്ടിരിക്കാനിടയില്ലെന്ന് അവൾ വിശ്വ സിക്കാൻ ശ്രമിച്ചു. സുഹൃത്തുക്കളായ റോവറിന്റേയും ട്രിക്സിയുടേയും ശബ്ദങ്ങൾ താഴെനിന്ന് കേൾക്കുന്നതുപോലെ.

യ്വെറ്റിയും വേലക്കാരിയും ഒരേ സമയത്താണ് സിറ്റിങ്റൂമിലെ വാതിൽക്കലെത്തിയത്. "അത് ചുലു വിൽക്കുന്നയാളാണോ?" എന്നു ചോദിച്ചുകൊണ്ട് യ്വെറ്റി വാതിൽ തുറന്നു.

"സിസി അമ്മായീ, ചുലുവിൽപ്പനക്കാരൻ, പോയിനോക്കട്ടെ?" അവൾ ചോദിച്ചു.

"എങ്ങനെയുള്ള ആളാണ്?" സിസി അമ്മായി റെക്ടറിനോടും മാത റിനോടുമൊപ്പം ചായ കുടിക്കുകയായിരുന്നു.

"ഒരു കുതിരവണ്ടിക്കാരൻ" യ്വെറ്റി പറഞ്ഞു.

"ഒരു ജിപ്സി" വേലക്കാരിപ്പെണ്ണ് പറഞ്ഞു.

സിസി അമ്മായിക്കും അയാളെ കാണണമായിരുന്നു. അവൾ ഉടനെ എഴുന്നേറ്റു. പുറംവാതിലിനരികെ മരക്കുട്ടത്തിനു കീഴെ നിൽക്കുകയാ യിരുന്നു ജിപ്സി. ഒരു കൈയിൽ ആവശ്യത്തിന് ചുലുകളും മറ്റേകൈ യിൽ തിളങ്ങുന്ന ചില വസ്തുക്കളുമുണ്ടായിരുന്നു. ചെമ്പിലും ഓടിലും തീർത്ത മെഴുകുതിരിക്കാലുകൾ, സോസ്പാനുകൾ, ചെമ്പുപ്ലേറ്റുകൾ.

ഇരുണ്ട പച്ചത്തൊപ്പിയിലും പച്ചക്കള്ളിക്കോട്ടിലും വൃത്തിയുള്ള ഒരതിസുന്ദരനായിരുന്നു ജിപ്സി. അയാളുടെ മട്ടുംഭാവവുമെല്ലാം ഒരു തരം നിയന്ത്രണശക്തിയും ശാന്തതയും ഇടകലർന്നതായിരുന്നു. അതേ സമയം പ്രൗഢിക്കും തന്റേടത്തിനും കടുകിട കുറവില്ലായിരുന്നു.

"ഇന്നെന്താണ് വേണ്ടത്" ഇരുണ്ട് തുളച്ചുകയറുന്ന നോട്ടത്തിനു പിറകിൽ ശാന്തവും പകതയുള്ളതുമായ ശബ്ദം കലർത്തി സിസി അമ്മായിക്കുനേരെ തിരിഞ്ഞ് അയാൾ ചോദിച്ചു. അപ്പോഴാണ് ജിപ്സി യുടെ സൗന്ദര്യം സിസി ശ്രദ്ധിച്ചത്. കറുത്ത് നേർത്ത മീശവരയ്ക്കു കീഴെയുള്ള ചുണ്ടുകളുടെ വളവ് സിസിയുടെ ഉള്ളിലെ ചിറകുകൾ അകത്തി വിടർത്തിവെച്ചു. പുരുഷന്റെ പരുക്കൻ പെരുമാറ്റത്തിന്റേയോ മുരടത്തരത്തിന്റേയോ ചെറിയൊരു ലാഞ്ഛന പുറത്തുകണ്ടാൽപ്പോലും

വാതിലടച്ചു കടന്നുപോരുന്ന പ്രകൃതക്കാരിയാണ് സിസി. അങ്ങനെ യൊരു പെരുമാറ്റത്തെ തടുക്കാൻ തക്ക നല്ല നീക്കങ്ങളാണ് അയാളിൽ നിന്നുണ്ടായത്.

"മെഴുകുതിരിക്കാലുകൾക്ക് നല്ലഭംഗിതോന്നുന്നു. ഇത് നിങ്ങളുണ്ടാ ക്കിയതാണോ?" യ്വെറ്റി ചോദിച്ചു.

കുട്ടിത്തം തോന്നിപ്പിക്കുന്ന നിഷ്കളങ്കമായ കണ്ണുകൾകൊണ്ട് യ്വെറ്റി അയാളെ ഉറ്റുനോക്കി. അതുവെച്ച് വേണ്ടത്ര ദയാർദ്ധം മെന യാൻ ജിപ്സിക്ക് മടിയില്ലായിരുന്നു.

"അതേ മാഡം". അയാൾ ഒരുനിമിഷം അവളുടെ കണ്ണുകളിലേക്കു നോക്കി. വികാരങ്ങളുടെ കൊളുത്തിവലിയിൽ അവളുടെ പ്രജ്ഞ നിശ്ച ലമായി. അയാളുടെ തുടുത്തമുഖത്ത് ഉറക്കം വരുന്നവരെപ്പോലെ മയ ക്കമുണ്ടായിരുന്നു.

"ഇതിന് വല്ലാത്ത ഭംഗിയുണ്ട്" യ്വെറ്റി അവ്യക്തമായാണത് മന്ത്രി ച്ചത്.

അതോടെ മെഴുകുതിരിക്കാലിനുവേണ്ടി സിസി വിലപേശാൻ തുട ങ്ങി. ചെമ്പിൽ കട്ടിയുള്ള കാലുകളോടുകൂടി ഒരു ഇരട്ടപാത്രത്തിൽനിന്ന് പൊങ്ങിനിൽക്കുന്ന തരത്തിലായിരുന്നു അത് വാർത്തുവെച്ചിരുന്നത്. യ്വെറ്റിയെ നോക്കാതെ അയാൾ സിസി അമ്മായിയെത്തന്നെ ശ്രദ്ധിച്ചു.

സിസി മെഴുകുതിരിക്കാലെടുത്ത് റെക്ടറിനെ കാണിക്കാൻ പോയ നേരത്ത് യ്വെറ്റി ജിപ്സിയോട് സ്വകാര്യമായി ചോദിച്ചു. "നിങ്ങളുടെ ഭാര്യയുടെ വിശേഷമെന്താണ്?"

ചെറുതായി മാത്രം വെളിയിൽ കാണാവുന്ന ഒരു ചിരിയോടെ ജിപ്സി യ്വെറ്റിയുടെ മുഖത്തേക്കു നോക്കി. ആ കണ്ണുകളിൽ തീരെ ചിരിയുണ്ടായിരുന്നില്ല. തീവ്രമായ ആഗ്രഹത്തിന്റെ ചൂടിൽ ഒരു തിളക്കം മാത്രമായിരുന്നു അവിടെനിന്ന് കാണാനാവുക.

"നന്നായിരിക്കുന്നു. ഇനി എന്നാണ് ആ വഴിക്ക്?" അടുപ്പം വെളി വാക്കുന്ന സ്വരത്തിൽ ശബ്ദം താഴ്ത്തി അയാൾ ചോദിച്ചു.

"അറിയില്ല" യ്വെറ്റി അലക്ഷ്യമായി പറഞ്ഞു.

"വെള്ളിയാഴ്ചകളിൽ വരൂ, ഞാനുള്ളപ്പോൾ." ജിപ്സി പറഞ്ഞു. അതു കേൾക്കാത്തതുപോലെ യ്വെറ്റി അയാളുടെ തോളുകളിലേക്ക് അലക്ഷ്യമായി നോക്കി.

സിസി മെഴുകുതിരിക്കാലും പണവുമായി തിരികെവന്നു. മറന്നു പോയൊരു ട്യൂൺ ഓർത്തെടുക്കും പോലെ ചെറുതായൊന്നു മൂളി വിളക്കിച്ചേർക്കലുകൾ ചങ്കൂറ്റത്തോടെ ആവശ്യപ്പെട്ടുകൊണ്ട് യ്വെറ്റി അകത്തേക്കോടിക്കയറി.

ജിപ്സിയുടെ മടങ്ങിപ്പോക്ക് കാണാൻ ജനൽപ്പാളിക്കു മറവിൽ യ്വെറ്റി പതുങ്ങിനിന്നു. അവൾക്കറിയേണ്ടിയിരുന്നത് ആ യുവാവിന് തനിക്കു മേലെന്താണെന്നായിരുന്നു. കാണണമെന്നാഗ്രഹിക്കുക പോലും ചെയ്യാത്തസമയത്ത് കുതിരവണ്ടിയുമായി അയാൾ കടന്നുവരുന്നു. സാധ

നസാമഗ്രികളുമായി ജിപ്സി വണ്ടിയിൽ കയറി. എല്ലാം ശ്രദ്ധയോടെ
വണ്ടിക്കുള്ളിൽവെച്ച് അയാൾ ടാർപ്പാളിൻ താഴ്ത്തിയിട്ടു. ചാട്ടകൊണ്ട്
കുതിരകളെ തൊട്ടുകൊണ്ട് ഒരുതരം സ്പ്രിങ് ചലനത്തോടെ ആ യുവാ
വിന്റെ പുറകുവശം അകന്നകന്നു പോവുന്നത് അവൾ നോക്കിനിന്നു.
വണ്ടി കുന്നിൻമുകളിലേക്ക് ഞെരുങ്ങിഞെരുങ്ങിക്കയറിപ്പോയി. ചുറ്റിലും
തിരിഞ്ഞുനോക്കാതെ ആ യുവാവ് അപ്രത്യക്ഷനായി. ഉറക്കത്തിൽ
നിന്നാരും വിളിച്ചുണർത്താതെ കണ്ട ഒരു സ്വപ്നംപോലെ തോന്നി
യ്വെറ്റിക്ക്.

ഇല്ല, തനിക്കു മേൽ ആ ജിപ്സിക്ക് ഒരു അധികാരശക്തിയുമില്ലെന്ന്
നിരാശയോടെ യ്വെറ്റി മനസിലുറപ്പിച്ചു. തനിക്കുമേൽ അധികാരം
സ്ഥാപിക്കാൻ കെൽപ്പുള്ള ആരെയോ എന്തിനെയോ അവളുടെ അര
ക്ഷിതാവസ്ഥ തേടിക്കൊണ്ടിരുന്നു. കലങ്ങിമറിഞ്ഞ മനസോടെ വിളറി,
സ്വയം നഷ്ടപ്പെട്ടുപോയ ലൂസില്ലെയെത്തേടി യ്വെറ്റി മുകളിലേക്കുക
യറി.

"ഇതിലൊക്കെ എന്തിരിക്കുന്നു?" ലൂസില്ലെ മാതറിനോട് മിണ്ടാതി
രിക്കാൻ പറഞ്ഞു." ആര് ഇത്തരത്തിൽ പെരുമാറിയാലും നമുക്കങ്ങനെ
പറയാതിരിക്കാനുമാവില്ല. മാത്രവുമല്ല മാതർ ഇതൊന്നും വലിയ കാര്യ
മായിട്ടെടുത്തിട്ടില്ല. ഈ വിഷയത്തിൽ വിഷമിക്കുന്നുണ്ടെന്ന് അവർതന്നെ
പറയുകയും ചെയ്തു. ഇതൊന്നും ആകുലപ്പെടേണ്ട വിഷയമായിട്ടെടു
ക്കേണ്ടതേയില്ല."

"നമുക്കിപ്പോൾത്തന്നെ നല്ല വസ്ത്രങ്ങളിട്ട ഡ്യൂക്കിന്റെ സഹധർമി
ണിമാരെപ്പോലെ ഡിന്നറിനിറങ്ങിച്ചെല്ലാം. വേഗം റെഡിയാവ് ലൂസില്ലെ."
യ്വെറ്റി പറഞ്ഞു. യ്വെറ്റിയുടെ പെരുമാറ്റം അസാധാരണമായിരുന്നു.
ഒരു മഞ്ഞിൽ മൂടിപ്പോവും പോലെയോ മാറാലക്കെട്ടിൽ മുഖംമറയ്ക്കും
പോലെയോ വരണ്ട അതൃപ്തിയെ മൂടിമറച്ച് പ്രസരിപ്പിലേക്കവൾ മട
ങ്ങിവരാൻ ശ്രമിച്ചു. അത് ലൂസില്ലെയെ ആശ്വസിപ്പിക്കുകയും ചെയ്തു.
പക്ഷേ, മഞ്ഞുകാലത്ത് കറങ്ങാനിറങ്ങിയതുപോലെ കണ്ണുകാണാ
ത്തൊരു തപ്പിത്തടയലായിരുന്നു അത്. എവിടെയാണെന്നറിയില്ല.
ഇടയ്ക്ക് മുഖത്ത് പറ്റിപ്പിടിക്കുന്ന ചിലന്തിവലച്ചരടുകളും. ഒടുവിൽ യ്വെറ്റി
വിജയിച്ചു. തിളക്കമുള്ള വസ്ത്രങ്ങളിൽ യ്വെറ്റിയോടൊപ്പം ലൂസില്ലെയും
പുറത്തിറങ്ങി. പച്ചയും വെള്ളിയിഴകളും ഇടകലർന്ന ഡ്രസിൽ ലൂസില്ലെ
സുന്ദരിയായിരുന്നു. വിളറിയ ലൈലാക് കളരിൽ കടുംപച്ചക്കല്ലുകളും
നൂൽവേലകളുമായി യ്വെറ്റിയും. കവിളിൽ റൂഷ്, കട്ടിയിൽ ടാൽകം
പൗഡർ, മനോഹരമായ ചെരിപ്പുകൾ. സ്വർഗത്തിലെ പച്ചപ്പുന്തോട്ടം
വീണ്ടും മൊട്ടിട്ടു തുടങ്ങിയിരുന്നു. ഒരു മുളിപ്പാട്ടിൽ യ്വെറ്റി അടിമുടി
ഉഴിഞ്ഞുനോക്കി. അംഗചലനങ്ങളെ പ്രൗഢമായ രീതിയിൽ ഒന്നുകൂടി
ചിട്ടപ്പെടുത്തി. പുരികക്കൊടികളെ വിശേഷരീതിയിൽ വളച്ചെടുത്ത്
ചുണ്ടിലൊരിലം വിഷാദം വിതച്ച് പരിചയങ്ങളിൽനിന്നും പരിഗണനക
ളിൽനിന്നും സ്വയം വേർപെട്ട് താൻതന്നെ മെനഞ്ഞെടുത്ത വെൺമേ

ഘടക്കുടുക്കിലിരുന്ന് സ്വയം ഒഴുകിനീങ്ങുക. യ്വെറ്റിയുടെ പ്രത്യേകമാ
യൊരു ആസ്വാദനമാണതും.

"ഞാൻ സുന്ദരിയാണ്" ഉടലാകെ ഉഴിഞ്ഞുനോക്കിക്കൊണ്ട് യ്വെറ്റി
പറഞ്ഞു.

"നീ ശരിക്കും അതിസുന്ദരിതന്നെ" യ്വെറ്റി വിലയിരുത്തി. നിന്റെ
എടുപ്പ്, മൂക്ക്, കണ്ണുകളിലെ ഒരു സമ്മതഭാവം. നീ പരിപൂർണമായും
സുന്ദരിതന്നെ. പക്ഷേ മറ്റൊരു വഴിക്ക് വിജയം കൊയ്യാറുള്ളത് ഞാനാ
ണ്. ശരിയല്ലേ?"

യ്വെറ്റിയുടെ മനസ്സ് അതീവലലിതമായിരുന്നു. പക്ഷേ, അതൊന്നും
അവളുടെ മനസിനെ കീഴടക്കിയിരുന്ന വികാരങ്ങളെക്കുറിച്ച്, നിഗൂഢ
മായ സ്ത്രൈണഭാവങ്ങളെക്കുറിച്ച് യാതൊരു സൂചനയും പുറത്തുകാ
ട്ടിയില്ല. കെട്ടിലും കോലത്തിലും അവൾക്ക് വശ്യതയുണ്ടായിരുന്നു.
എല്ലാം നിമിഷങ്ങൾക്കു മുമ്പ് ജിപ്സി തന്നിലുണ്ടാക്കിയ വികാരത്ത
ള്ളിച്ചയെ തണുപ്പിക്കാനുള്ള കെട്ടിയൊരുക്കം മാത്രമായിരുന്നുവെന്ന
താണ് രഹസ്യം. തന്റെ സുന്ദരമായ മുഖത്തേക്കോ പ്രകൃതങ്ങളിലേക്കോ
അല്ല തന്റെ കന്യകാത്വത്തിലേക്കാണ് ആ കണ്ണുകൾ ചുഴ്ന്നുചെന്നത്.

രണ്ടുപേരും താഴേക്കിറങ്ങിച്ചെന്നു. മറ്റൊരു ലോകത്തേക്കു പറന്ന്
അലക്ഷ്യഭാവത്തിലായിരുന്നു യ്വെറ്റി. ലൂസില്ലെ കരച്ചിലിന്റെ
വക്കിൽനിന്ന് പൂർണമായും തിരിച്ചുവരാതെ ലജ്ജാവതിയായി നിന്നു.

ഇരുണ്ട തവിട്ടുനിറത്തിൽ തുന്നിയെടുത്ത സ്പോർട്സ് കോട്ട് ധരി
ച്ചിരുന്ന സിസി അമ്മായി അന്തംവിട്ടു. "എന്റെ ദൈവമേ നിങ്ങളെവിടെ
പ്പോകുന്നു?"

"ഞങ്ങൾ കുടുംബത്തോടൊപ്പം ഭക്ഷണം കഴിക്കാൻ പോകുന്നു"-
യ്വെറ്റി പറഞ്ഞു. "ചടങ്ങിനോടുള്ള ആദരസൂചകമായി ഞങ്ങൾ സുന്ദ
രികളായെത്തിയിരിക്കുന്നു."

റെക്ടർ ഉച്ചത്തിൽ ചിരിച്ചു.

"നമ്മുടെ കുടുംബം വല്ലാതെ വാഴ്ത്തപ്പെട്ടിരിക്കുന്നു" അങ്കിൾ
ഫ്രെഡ് പറഞ്ഞു. അതോടെ മുതിർന്നവരെല്ലാം ഏറെക്കുറെ നല്ല മാന
സികാവസ്ഥയിലായി.

"നിങ്ങളുടെ വസ്ത്രങ്ങളിൽ വച്ചേറ്റവും മികച്ചവയാണോ ഇവ.
ഞാനൊന്നു നോക്കട്ടെ. എനിക്കവ കാണാനാവില്ലെന്നതിൽ ലജ്ജയുണ്ട്-
മാതർ പറഞ്ഞു.

"രാത്രി ഞങ്ങളീ സുന്ദരികളോടൊപ്പം ഡിന്നർ കഴിക്കാൻ പോവു
കയാണ്." അങ്കിൾഫ്രെഡ് പറഞ്ഞു- "നിങ്ങൾ സിസിയോടൊപ്പം കുടു
മോ മാതർ?"

"തീർച്ചയായും. യുവത്വവും സൗന്ദര്യവും ആദരിക്കപ്പെടേണ്ടതല്ലേ?"
റെക്ടർ ലൂസില്ലക്ക് കൈകൊടുത്തു. അതേസമയം അങ്കിൾഫ്രെഡ്
യ്വെറ്റിയെ അനുഗമിച്ചു. പക്ഷേ, ഭക്ഷണം പരിതാപകരമായിരുന്നു.

ലൂസില്ലെ പ്രസന്നതയും പ്രസരിപ്പുമുണ്ടെന്നഭിനയിക്കാൻ ശ്രമിച്ചു. യ്വെറ്റി നിശ്ശബ്ദയായി അഭിനയിച്ചുകൊണ്ടിരുന്നു. ഇടയ്ക്ക് മനസിലൊരു ചിന്ത ശല്യപ്പെടുത്തിക്കൊണ്ടിരുന്നു. എന്തുകൊണ്ടാണ് തങ്ങൾക്കെല്ലാം അപ്രധാനമായിത്തീരുന്നത്? വല്ലാതെ വിരസമായിപ്പോവുന്നത്? എല്ലാ വരും     മരക്കസേരപോലെ നിർജീവരായിരിക്കുന്നതെന്തിനാണ്? പള്ളി യിലും പാർട്ടിക്കിടയിലും ഹോട്ടലിൽ ഡാൻസ് ചെയ്യുമ്പോഴും അവളതേ ചോദ്യത്തിൽ കുരുങ്ങി നിശ്ചലയായി. എന്തുകൊണ്ട് എല്ലാമിത്ര വിരസ മായിരിക്കുന്നത്? എല്ലാം അപ്രധാനമായിരിക്കുന്നത്?

     യ്വെറ്റിയെ സ്നേഹിക്കുന്നവരും ആരാധിക്കുന്നവരുമായിട്ടൊരുപാട് ചെറുപ്പക്കാരുണ്ടായിരുന്നു. മടുപ്പോടെ യ്വെറ്റി അവരെയെല്ലാം കുടഞ്ഞു തെറിപ്പിച്ചു. ഒരു പ്രത്യേകതയും അവർക്കാർക്കുമുള്ളതായി തോന്നാ ത്തതെന്താണ്? എന്താണ് അവരുടെ കാഴ്ച തന്നെ അസ്വസ്ഥയാക്കു ന്നത്?

     അവൾ ജിപ്സിയെക്കുറിച്ചുപോലും ചിന്തിക്കുന്നില്ല. അയാൾ അവ ഗണിക്കപ്പെടേണ്ടവൻ തന്നെയാണെന്ന് അവൾക്കു തോന്നി.

     "വരാൻ പോകുന്ന വെള്ളിയാഴ്ച നാമെന്തുചെയ്യാൻ പോകുന്നു?" യെവ്റ്റി ചോദിച്ചു.

     "എന്തു ചെയ്യാൻ" യെവ്റ്റിക്കു മടുപ്പുതോന്നി.

     പുതിയൊരു വെള്ളിയാഴ്ച വരുന്നു. ബോൺസൽ ഹെഡിൽ പോവ ണമെന്നു തോന്നി. യ്വെറ്റിക്ക് വിരസതയകറ്റാൻ അവൾക്കറിയാവുന്ന ഒരിടം അതായിരുന്നു. പുറത്ത് മഴപെയ്യുന്നുണ്ടായിരുന്നു. ലാംബ്ലെ ക്ലോസിലെ പാർട്ടിക്കുവേണ്ടി നീലഡ്രസ് പണിപ്പുരയിൽ തന്നെയാണ്. പക്ഷേ, അവളുടെ ആത്മാവ് അകലെ ക്വാറിയിലെ ജിപ്സികൾക്കും കാര വനുകൾക്കുമിടയിലാണ് സന്തോഷിക്കുക എന്നവർക്കുതോന്നി. ആത്മാവ് കൊഴിഞ്ഞുപോയ ശരീരം പൊളിച്ച കക്കത്തോടു പോലെയാവും. ഒഴിഞ്ഞ്, വളരെ ശൂന്യമായി.

     പിറ്റേന്നത്തെ പാർട്ടിക്ക് അവൾ ലിയോയുടെ കൂടെയായിരുന്നു. എല്ലാ ഫ്രാങ്കോയിൽനിന്ന് താൻ ലിയോയെ പിടിച്ചുപറിച്ചിരിക്കുകയാ ണെന്ന കാര്യം അതുവരെ അവളറിഞ്ഞിരുന്നില്ല. ആ ഐസ്റ്റിക്കുകൾ നുണയുന്നവരേക്കും. രുചി നുണഞ്ഞുകൊണ്ട് ലിയോ ചോദിച്ചു.

     "എന്തുകൊണ്ട് നമുക്ക് രണ്ടുപേർക്കും ഒരുമിച്ചു ചേർന്നുകൂടാ? നമ്മളെ സംബന്ധിച്ച് അത് ഒരു നല്ല കാര്യമാവുമെന്ന് തോന്നുന്നു."

     മറ്റാരെയും പോലെ സാധാരണക്കാരനിൽ സാധാരണക്കാരനായി രുന്നു ലിയോ. നല്ല പെരുമാറ്റം. യ്വെറ്റിക്കിഷ്ടമായിരുന്നു ലിയോയെ. പക്ഷേ ഒരുമിച്ച്... തന്റെ ഏതാനും സിൽക്ക് അടിവസ്ത്രങ്ങൾ ലിയോക്ക് നൽകുന്നതുപോലെ നിസ്സാരമായ ഒരു കൊടുക്കൽ വാങ്ങലായി തോന്നി അവൾക്കത്.

     "ഞാൻ കരുതി ഇത് എല്ലാ ആയിരിക്കുമെന്ന്" യ്വെറ്റി പറഞ്ഞു.

"ആവുമായിരുന്നു" ആ ജിപ്സി അതെല്ലാം പറഞ്ഞതുമുതൽ. ഞാൻ കരുതുന്നത് അത് എന്നെക്കുറിച്ചാണെന്നാണ്. നിനക്കുവേണ്ടി, നീ എനിക്കു വേണ്ടിയും."

"തീർച്ചയായും."

അവളാലോചനയിൽ മുഴുകി.

"തീർച്ചയായും."

"നിനക്കങ്ങനെ തോന്നുന്നില്ലേ?" ലിയോ ചോദിച്ചു.

ഒരു മത്സ്യത്തെപ്പോലെ യ്‌വെറ്റി ചെറുതായി വായ്‌പൊളിച്ചു.

"തീർച്ചയായും"

"നീയും അങ്ങനെതന്നെ കരുതുന്നു. അല്ലേ?" ലിയോ ചോദിച്ചു.

"എന്ത്? എന്തിനെക്കുറിച്ച്?" അവൾ പൊടുന്നനെ ചോദിച്ചു.

"എന്നെക്കുറിച്ച്, ഞാൻ നിന്നെ കരുതുന്നതുപോലെ..."

"എന്ത്? തമ്മിൽ ചേരുകയോ?"

"അത്തരമൊരു കാര്യത്തെക്കുറിച്ച് ഞാനൊരിക്കലും ചിന്തിച്ചിട്ടില്ല." അയാളുടെ വികാരങ്ങളെ വിലയ്ക്കെടുക്കാതെ ലളിതമായി അവൾ തുറന്നുപറഞ്ഞു.

"നിനക്കതിനു കഴിയും. എന്താണ് നിന്നെയതിൽനിന്ന് പിന്തിരിപ്പിക്കുന്നത്?"

"ഇപ്പോഴും നീ അതുതന്നെ ആവർത്തിക്കുകയാണോ?"

ആശ്ചര്യത്തോടെ അവൾ ചോദിച്ചു. അവളുടെ തുറന്നുപറച്ചിലാണ് ശത്രുക്കളേയും മിത്രങ്ങളെയും അവൾക്കുണ്ടാക്കിക്കൊടുക്കുന്നതും.

പെരുവിരലിൽപ്പിടിച്ച് മടുപ്പോടെ തെരുപ്പിടിപ്പിക്കാനല്ലാതെ ലിയോക്ക് മറ്റൊന്നും ചെയ്യാനാവുമായിരുന്നില്ല. പാട്ടുതുടങ്ങി. ലിയോ അവളെ നോക്കി.

"വേണ്ട, എനിക്കുവയ്യ." യ്‌വെറ്റി പറഞ്ഞു. ലിയോയെ ഒരുനിമിഷം മറന്ന് അവൾ അലക്ഷ്യമായി ചുറ്റിലും നോക്കി. ആശ്ചര്യത്തോടൊപ്പം പരിഭ്രമവും ആ പുരികക്കൊടിയിൽ തങ്ങി. മൃദുത്വവും മങ്ങിയ കന്യാ കാത്വവും തുളുമ്പിനിൽക്കുന്ന മുഖം ഡാഡിയുടെ മനസിലെ മഞ്ഞു പുഷ്പം തന്നെയായി രൂപാന്തരം പ്രാപിച്ചുകൊണ്ടിരുന്നു.

"ഡാൻസ് ചെയ്യൂ, ആരോടെങ്കിലും ഒരു കമ്പനി നൽകാൻ ആവ ശ്യപ്പെടൂ."

അയാൾ കോപത്തോടെ എണീറ്റ് താഴേക്കുപോയി. യ്‌വെറ്റി മന സിലെ പലയിടങ്ങളിലും അലഞ്ഞുതിരിഞ്ഞു നടന്നു. റോവറിനെയോ ന്യൂഫൗണ്ട് ഫോഗിനെയോ ഒക്കെയാണ് അവളീവക സംസാരങ്ങളോടെ പ്രതീക്ഷിച്ചിരുന്നത്. പക്ഷേ, ലിയോ. ഭൂമിയിലേതെങ്കിലുമൊരു പുരുഷ നുമായി കൂടുക? സ്വർഗമേ, ഇതിലും ബാലിശമായി എന്താണ് സങ്കൽപ്പി ച്ചു കൂടാതാവുക?

ആലോചനയ്ക്കിടയിൽ മനസിന്റെ ഏതോ ഒരിടത്ത് ആ ജിപ്സി യുവാവ് ഇപ്പോഴും കുടിയിരിക്കുന്നുവെന്നവൾക്ക് തോന്നി. ചെയ്യാൻ പാടി ല്ലാത്തതു ചെയ്തതുപോലെ അവൾക്കു കുറ്റബോധം തോന്നി.

ഇവർക്കെല്ലാമിടയിൽനിന്ന് ആ ജിപ്സി, ഇല്ല ഒരിക്കലുമില്ല. അങ്ങനെ സംഭവിച്ചാൽ തന്നെയെന്ത്? അവൾ ആശ്ചര്യത്തോടെ സ്വയം ചോദിച്ചു.

എങ്കിലെന്താണ്? ഒരിക്കലുമത് നടക്കാൻ പോവുന്നില്ല, അത്രതന്നെ. പിന്നെ ഈ വക ചിന്തകളെന്തിന്?

ചെറുപ്പക്കാർ ആടിപ്പാടി നൃത്തംചെയ്യുന്നത് അവൾ കണ്ടുനിന്നു. കാൽമുട്ടുകൾ പ്രദർശിപ്പിച്ച്, തുറിച്ച ഊരയും ഇൻസൈഡു ചെയ്ത അരക്കെട്ടും ആടിയുലച്ചുകൊണ്ട്. ബലം പ്രയോഗിച്ച് ഉള്ളിലേക്കു തിരുകി വയ്ക്കുന്ന ഷർട്ടിൻതലപ്പ്. എത്ര അഭംഗിയാണത്. പോരാത്തതിന് ആണത്തമില്ലാത്ത ഇത്തരം ശരീരവടിവുകൾ മറയ്ക്കാനായി നന്നായി തയ്ച്ചുവെച്ച കോട്ടുകളുടെ മറ. 'ഇവർക്കു കാണാത്തതും ഒരിക്കലുമവർ തന്നിൽ കണ്ടെത്താത്തതുമായ ചിലത് സ്വന്തമായിട്ടുണ്ടെനിക്ക്.' ദേഷ്യത്തോടെ അവൾ സ്വയം പറഞ്ഞു. മറ്റുള്ളവർക്ക് തന്നെയൊരിക്കലും പിടികിട്ടാൻ പോവുന്നില്ലെന്നതായിരുന്നു അവളുടെ ആകെയുള്ള ആശ്വാസം. ജീവിതത്തെ ലളിതമാക്കുന്ന ഒരേയൊരു യാഥാർഥ്യം.

കാഴ്ചകൾകൊണ്ട് മത്തുപിടിച്ചുപോവുന്ന മനസായിരുന്നു യ്വെറ്റിയുടേത്. മുന്നിലെ നൃത്തം വയ്ക്കുന്നവരെല്ലാം നല്ല ആട്ടക്കാരാണ്. മാർദവമുള്ള അഴകാർന്ന അരക്കെട്ട്. ലിയോ പോലും വളരെ നന്നായി നൃത്തംവയ്ക്കുന്നു. അവന്റെ ഉടലും മെയ്ചലനങ്ങളുമെല്ലാം അഴകു കോട്ടിയ വേറൊരു ശരീരത്തെ ഓർമിപ്പിച്ചു. ആ ശരീരവും ദ്രുതചലനങ്ങളുമെല്ലാം പഴയജിപ്സിയുടെ തനിസ്വരൂപം തന്നെയാണെന്ന് അവൾക്കുതോന്നി. ഇരുണ്ട് പച്ച ജേഴ്സി, കറുത്ത ട്രൗസർ, നീണ്ടമൂക്ക്, വളഞ്ഞചുണ്ടുകൾ. കറുത്തകണ്ണുകളുടെ ഉറച്ചനോട്ടം. അവ ഒളിച്ചുസൂക്ഷിച്ച പലയിടങ്ങളിലുമായി തുളഞ്ഞുകയറുന്നു. അവൾക്കു ദേഷ്യംവന്നു. ഇത്തരത്തിൽ തന്നെ നോക്കാൻ അയാൾക്കെങ്ങനെ ധൈര്യം വന്നു? ഡാൻസിങ് റൂമിലെ അരസികനായ ബോയ്ഫ്രണ്ടിനെ തിളങ്ങുന്ന കണ്ണുകൾകൊണ്ട് അവൾ തുറിച്ചുനോക്കി. മുന്നിലെ നൃത്തക്കാരെല്ലാം വെറും നിസ്സാരരാണെന്നേ അവൾക്കു തോന്നിയുള്ളു. ജിപ്സികളല്ലാത്തവരോട് ജിപ്സിയുവതിക്കുണ്ടായിരുന്ന അതേ അവഗണനാ ഭാവത്തോടെ ആൾക്കൂട്ടത്തെ മുഴുവൻ അവജ്ഞയോടെ അവൾ നിസ്സാരവൽക്കരിച്ചു. അക്കണ്ട കാവൽ നായ്ക്കളോടൊന്നും ഇണചേരാൻ അവളാഗ്രഹിച്ചതേയില്ല.

യ്വെറ്റിയുടെ മൂക്കുതുടത്തു. മൃദുവായ ബ്രൗൺമുടി പൂവു പോലെയുള്ള ഇളം മുഖത്തിനുചുറ്റും നേരിയ ഉറപോലെ വട്ടത്തിൽ ചുറ്റിക്കിടന്നു. യ്വെറ്റി പ്രത്യക്ഷത്തിൽ അങ്ങേയറ്റം തരളിതയായിരുന്നു. ആ നീണ്ട മാന്ത്രികയുവതിയുമായുള്ള അസാധാരണമായ സമാനതയാണ് നൃത്തശാലയിലെ ആണുങ്ങളെയെല്ലാം നാണിപ്പിച്ചു കളഞ്ഞത്. പക്ഷേ, പെട്ടെന്നുതന്നെ അവളുടെ മനസ്സ് അശ്രദ്ധയോടെ മറ്റൊരവസ്ഥയിലേക്ക് രൂപാന്തരണം പ്രാപിച്ചിരിക്കും. കാവൽനായ്ക്കളിൽ മുന്തിയ ഇനം മാസ്തിഫ് ആയിരുന്നു. ഒരു പുത്തൻ പ്രസരിപ്പോടെയും ധീരതയോടെയും ലിയോ നൃത്തം നിർത്തി മടങ്ങിവന്നു.

"നീയും ചിലതൊക്കെ ചിന്തിക്കാൻ തുടങ്ങിയിട്ടുണ്ട്, അല്ലേ?" യ്‌വെറ്റിയുടെ അടുത്തിരുന്ന് അയാൾ ചോദിച്ചു. കാൽമുട്ടിനു മുകളിലുള്ള ട്രൗസർ അല്പംകൂടി മുകളിലേക്ക് വലിച്ചിട്ട് ഒരു കസേരയിലിരിക്കാൻ ലിയോ ശ്രമം നടത്തുന്നതിനിടെ യ്‌വെറ്റിയുടെ മനസിൽ മടുപ്പ് കുമിഞ്ഞുകൂടി.

"ഞാനോ? എന്തിനെക്കുറിച്ച്?" അവൾ ചോദിച്ചു.

"നിനക്കറിയാമത്, നിന്റെയാ മനസ്സ് നിനക്കു മറച്ചു പിടിക്കാൻ കഴിയില്ല."

"മനസു മറയ്ക്കുകയോ? എന്തിന്?" അവൾ നിഷ്കളങ്കതയോടെ ചോദിച്ചു. സത്യത്തിൽ അവളത് മറന്നുകഴിഞ്ഞിരുന്നു.

ലിയോ വീണ്ടും ട്രൗസർ മുകളിലേക്കു വലിച്ചുകയറ്റി.

"ഞാനും നീയും ഒന്നിച്ചു ചേരാൻ പോകുന്നതിനെക്കുറിച്ച്."

ലിയോ ഓർമിപ്പിക്കാൻ ശ്രമിച്ചു.

"അത് ഒരിക്കലും നടക്കില്ല." ഇപ്പോൾ കേട്ടതിൽവച്ച് ഏറ്റവും അപകടം പിടിച്ച പ്രസ്താവനയാണതെന്ന മട്ടിൽ യ്‌വെറ്റി പറഞ്ഞു.

"ഇത്തരം അബദ്ധങ്ങൾ ഇനിയും ആവർത്തിക്കാതിരിക്കൂ. ഈവക കാര്യങ്ങൾ ഒരിക്കലും നടക്കില്ല." ഒരു കുട്ടിയെപ്പോലെ അവൾ ആവർത്തിച്ചു.

"നടക്കുമെങ്കിലോ? ഒരു വൃദ്ധവേലക്കാരിയായി മരിക്കുന്നതിന് നിനക്കൊരു പ്രശ്നവുമില്ലേ?"

"ഇല്ല."

"എന്നാൽ എനിക്ക് പ്രശ്നമുണ്ട്."

അവൾ ചുറ്റും തിരിഞ്ഞ് ആശ്ചര്യത്തോടെ ലിയോയുടെ മുഖത്തേക്കു നോക്കി.

"ഞാനങ്ങനെ മരിച്ചാൽത്തന്നെ നിങ്ങൾക്കെന്താണ്?"

"എനിക്ക് പല പ്രശ്നങ്ങളുമുണ്ട്" ധീരതയോടെ അർഥവത്തായ ചിരിചിരിച്ച് ലിയോ അവളെ നോക്കി. ഇതോടെ കാര്യങ്ങളവൾക്ക് ബോധ്യപ്പെടണമെന്ന് ലിയോ കരുതി.

അകത്തെ രഹസ്യയിടങ്ങളിൽ ഇളക്കങ്ങളുണ്ടാക്കുന്നതിനുപകരം ധീരവും വ്യക്തവുമായ ലിയോയുടെ ചിരി ഒരു ടെന്നീസ് ബോളുപോലെ അവളുടെ ശരീരത്തിനു പുറത്തെവിടെയോ തട്ടി വല്ലാത്തൊരു അസ്വസ്ഥതയുണ്ടാക്കി അപ്രത്യക്ഷമായി.

"ഇവയെല്ലാം വെറും നിസ്സാരമായ കാര്യങ്ങളാണെന്നെനിക്കു തോന്നുന്നു." കൗശലത്തോടെയാണ് യ്‌വെറ്റി അത് പറഞ്ഞത്.

"നിങ്ങളെ ആഗ്രഹിക്കുന്ന അരഡസനോളം പെൺകുട്ടികളുണ്ട്. അവരോട് പ്രായോഗികമായി ചേരാൻ ശ്രമിക്കുന്നതിനുപകരം... എനിക്കാണെങ്കിൽ, ഇവയൊന്നും എന്നെ സംബന്ധിക്കുന്ന വിഷയങ്ങളല്ല. എന്നെക്കുറിച്ച് ഇങ്ങനെയൊന്ന് മറ്റുള്ളവർ അറിയുന്നതു തന്നെ എനിക്ക്

വെറുപ്പാണ്. ഇത്തരത്തിലുള്ള കാര്യങ്ങളെന്നിൽനിന്ന് പ്രതീക്ഷിക്കുകയേ വേണ്ട. ഞാൻ പറയുന്നത് നിങ്ങൾക്ക് മനസിലാവുമെന്ന് കരുതുന്നു."

അയാളിൽനിന്ന് മുഖംതിരിച്ച് അവൾ എല്ലാ ഫ്രാംലെയെ തേടിപ്പോയി.

വല്ലാത്തൊരു കുട്ടിരാക്ഷസി. അയാൾ സ്വയം പറഞ്ഞു. പക്ഷേ, ലിയോ മസ്തിഫ് ഇനത്തിൽ പെട്ടവനായിരുന്നു. തന്റെ മുഖത്തുകൂടെ വേണം ആ പൂച്ച ഉരസിനടക്കേണ്ടതെന്നയാൾ തീരുമാനിച്ചു. അവളെ തനിച്ചുകിട്ടാൻ അയാൾ കാത്തിരുന്നു.

# അഞ്ച്

**അ**ടുത്തയാഴ്ചയായപ്പോഴേക്കും കാര്യങ്ങൾക്കു ശക്തികൂടി. വല്ലാത്ത അസ്വസ്ഥതയോടെ അത് യ്‌വെറ്റിയെ ദേഷ്യം പിടിപ്പിച്ചു. വാരാന്ത്യമാവുമ്പോഴേക്കും കാര്യങ്ങൾ തനിക്കാശ്വാസം നൽകുന്ന വിധത്തിലാവുമെന്നവൾ പ്രത്യാശിച്ചു. അവളുടെ പാതി അവധിദിവസം, അടുത്ത വ്യാഴാഴ്ച അൽപ്പം ചൂടുകൂടിയ ഒരു ദിവസമായിരുന്നു. പതിവുപോലെ ലിയോ കാറുമായി വന്നെങ്കിലും അവൾ കയറാൻ കൂട്ടാക്കിയില്ല.

"എനിക്കു വരാൻ തോന്നുന്നില്ല." അവൾ പറഞ്ഞു.

തണുത്ത മലമുകളിലൂടെ ബ്ലാക്ക്‌റോക്സ് വരേക്കും അവൾ തനിച്ചു നടന്നുനോക്കി.

അടുത്ത ദിവസവും തണുപ്പുള്ളതായിരുന്നു. ഫെബ്രുവരി മാസം വടക്കൻരാജ്യങ്ങൾ മുഴുവൻ മരവിച്ചുകിടക്കുകയാണ്. അതിരാവിലെ താൻ അൽപ്പം ദൂരേക്ക് ഒരു സൈക്കിൾ സവാരി നടത്താൻ പോവുന്നുവെന്നും ഉച്ചകഴിഞ്ഞാലേ തിരിച്ചുവരാനാവൂ എന്നും യ്‌വെറ്റിയുടെ ഭാഗത്തുനിന്നും അറിയിപ്പുണ്ടായി. ധൃതിപിടിക്കാതെ അവൾ യാത്രപുറപ്പെട്ടു. അന്തരീക്ഷം വസന്തംപോലെ ചൂടുപിടിച്ചുവന്നു. ഇളംചൂടിനായി മാൻകൂട്ടം പാർക്കിൽ നിരന്നു നിൽപ്പുണ്ടായിരുന്നു. വെളുത്ത പുള്ളികളുള്ള ഒരു മാൻ പതിയെ നടന്നു നീങ്ങുന്നു.

കാറ്റില്ലാത്ത മലമുകളിലേക്കാണ് യ്‌വെറ്റിയുടെ യാത്ര. എന്നിട്ടും അവൾക്ക് തണുപ്പ് തോന്നിത്തുടങ്ങി. സൈക്കിൾ സവാരിയുടെ പ്രത്യേകതയാണത്. ഉടൽ ചൂടുപിടിച്ചാലും കൈകൾ മരവിച്ചു തന്നെ കിടക്കും. മലയുടെ മുകൾഭാഗം ഏറെക്കുറെ നഗ്നവും വ്യക്തവുമായിരുന്നു, മറ്റേതോ ലോകത്തെത്തിയതുപോലെ. വലിയ കല്ലുമതിലുകൾക്കിടയിലൂടെ വഴിപിഴച്ചു പോവാതിരിക്കാൻ ശ്രമിച്ചുകൊണ്ട് അവൾ സാവധാനം സഞ്ചരിച്ചു. ലോഹങ്ങളുടെ കലമ്പൽ ദൂരെനിന്നു കേൾക്കാം. വഴി ഇതു തന്നെ.

വണ്ടിയുടെ ഷാഫ്റ്റിലേക്ക് പുറംതിരിഞ്ഞ് ഒരു ചെമ്പുപാത്രം പാകപ്പെടുത്തിക്കൊണ്ടിരിക്കുകയായിരുന്നു ജിപ്സി. പച്ച ജേഴ്സിയിട്ട് തൊപ്പി

യില്ലാതെ വെയിലത്തിരുന്നായിരുന്നു ജോലി. കുട്ടികൾ കുതിരത്താവള
ത്തിലും മറ്റുമായി ഓടിക്കളിച്ചുകൊണ്ടിരുന്നു. കുതിരയും വണ്ടിയും
പോയ്ക്കഴിഞ്ഞിരുന്നു. മരച്ചില്ലകൾ കുട്ടിയിട്ട് കർച്ചീഫ് കഴുത്തിൽ ചുറ്റി
വൃദ്ധ വളഞ്ഞിരുന്നുകൊണ്ടെന്തോ പാകപ്പെടുത്തുന്നു. കടുപ്പം കൂടിയ
ചെമ്പ് തകിടിൽ ചുറ്റിക വീഴുമ്പോഴുള്ള ശബ്ദം മാത്രമാണവിടെ
കേൾക്കാനുണ്ടായിരുന്നത്. യ്വെറ്റിയെ കണ്ടതും ജിപ്സിയുടെ ചുറ്റിക
പെട്ടെന്ന് നിശ്ചലമായി. അയാൾ യ്വെറ്റിയുടെ മുഖത്തേക്കു നോക്കി.
ജിപ്സിയുടെ മുഖത്ത് ഒരു വിജയശ്രീലാളിതന്റെ വിശാലമായ ചിരി
തെളിഞ്ഞു. അഴുക്കുപിടിച്ച ചാരക്കളർ തലമുടിക്കു കീഴെ വൃദ്ധ ചുറ്റിലും
കണ്ണോടിച്ചു. ജിപ്സി പറഞ്ഞ എന്തോ ചിലത് കേട്ട് അവൾ വീണ്ടും
പണി തുടർന്നു.

"സുഖമല്ലേ?" വിനയപൂർവമായിരുന്നു യ്വെറ്റി അത് ചോദിച്ചത്.

"അതെ. ഇരിക്കൂ." കാരവാനു താഴെനിന്നെടുത്ത ഒരു സ്റ്റൂൾ ജിപ്സി
അവൾക്കു നേരെ വലിച്ചിട്ടു. ക്വാറിക്കരികിലേക്ക് അവൾ സൈക്കിളുരു
ട്ടിക്കൊണ്ട് നടന്നുനീങ്ങുമ്പോഴേക്കും പക്ഷിപാറും പോലെ തീപ്പൊരി
ചിതറിച്ച് അയാളുടെ ചുറ്റിക വീണ്ടും തിരക്കിലായി. കൈകൾ ചൂടുപി
ടിപ്പിക്കുന്നതിനായി അവൾ തീക്കുണ്ഡത്തിനടുത്തെത്തി.

"ഉച്ചഭക്ഷണമുണ്ടാക്കുകയാണോ?" തുടുത്തു ചുവന്ന കൈകൾ
തീനാളത്തിനു മുകളിൽ വിടർത്തി വയ്ക്കുന്നതിനിടക്ക് യ്വെറ്റി ഒരു കുട്ടി
യെപ്പോലെ ആ വൃദ്ധയോടു ചോദിച്ചു.

"അതെ, അവനും ഈ കുട്ടികൾക്കുവേണ്ടി." കറുത്ത മുടിയിഴ
കൾക്കുള്ളിൽനിന്നു പാളിനോക്കിക്കൊണ്ടിരുന്ന കുട്ടികൾക്കുനേരെ വൃദ്ധ
കൈചൂണ്ടി. കുട്ടികൾ വൃത്തിയും വെടിപ്പുമുള്ളവരായിരുന്നു. ജിപ്സിയും
അങ്ങനെതന്നെ. ആ ക്വാറിപോലും ഒട്ടും വൃത്തികേടാവാതെയാണവർ
കാത്തുസൂക്ഷിച്ചിരുന്നത്. വൃദ്ധമാത്രം ഈ വക ശീലങ്ങളൊന്നും ശ്രദ്ധി
ക്കാതെ അഴുക്കിലും പൊടിയിലും പുതഞ്ഞുകിടന്നു.

കൈകൾക്ക് ചൂടുകൊടുത്തുകൊണ്ട് യ്വെറ്റി നിശ്ശബ്ദതയിൽ
പൂണ്ടിരുന്നു. മൂകമായ ഇടവേളകളുണ്ടാക്കിക്കൊണ്ട് ജിപ്സി തന്റെ
ചുറ്റിക ആഞ്ഞാഞ്ഞു വീശിക്കൊണ്ടിരുന്നു. വൃദ്ധ പഴക്കമുള്ള മൂന്നാ
മത്തെ കാരവാന്റെ പടികയറിപ്പോയി. ചെറിയ കാട്ടുജീവികളെപ്പോലെ
കുട്ടികൾ ശാന്തരായി ധൃതിപിടിച്ചു കളിച്ചുനടന്നു.

"നിങ്ങളുടെ കുട്ടികളാണോ?" അയാൾ യ്വെറ്റിയുടെ മുഖത്തു
നോക്കി തലയിളക്കി.

"പക്ഷേ, ഭാര്യ?"

"വിൽപ്പനസാമഗ്രികൾ കുതിരവണ്ടിയിൽനിറച്ച് പുറത്തുപോയി.
ഞാനിവ ഉണ്ടാക്കും. വിൽപ്പനയ്ക്കു പോവാറില്ല. പോവാറുണ്ട്, വല്ല
പ്പോഴും" ജിപ്സി പറഞ്ഞു.

"ഈ പിച്ചള–ചെമ്പ് സാധനങ്ങളെല്ലാം നിങ്ങളുണ്ടാക്കുമോ?"
അയാൾ തലയാട്ടി സ്റ്റൂൾ വീണ്ടും നീട്ടിക്കൊടുത്തു.

"വെള്ളിയാഴ്ചകളിൽ ഇവിടെ ഉണ്ടാവുമെന്നല്ലേ പറഞ്ഞത്. അതാ
ണ് ഞാൻ വന്നത്. വന്നാൽ നന്നായിരിക്കുമെന്ന് കരുതി."

"അതുകൊണ്ട് ഈ ദിവസം സുന്ദരമായി." അവളുടെ കവിളുകളി
ലായിരുന്നു അപ്പോൾ ജിപ്സിയുടെ ഇരുണ്ട് തിളങ്ങുന്ന കണ്ണുകൾ. തണു
പ്പുതട്ടി അവിടം തുടുത്തുപോയിരുന്നു. ഇളം മുടിച്ചുരുളുകൾ ചുവന്ന
ചെവിക്കുമുകളിൽ പറ്റിപ്പിടിച്ചുനിന്നു. നീണ്ട കൈകൾ കാൽമുട്ടിനോടു
ചുറ്റി പിണച്ചുവെച്ച് യ്‌വെറ്റി കാരവാനോട് ചേർന്നിരുന്നു.

"സൈക്കിൾ ചവിട്ടി നീ തണുത്തുപോയോ?"

"കൈകൾ തണുത്തുപോയി" പരിഭ്രമത്തോടെ അവ പരസ്പരം
കൂട്ടിത്തിരുമ്മി യ്‌വെറ്റി പറഞ്ഞു.

"ഗ്ലൗസെവിടെ? ഇടാറില്ലേ?"

"ഉണ്ട്. പക്ഷേ അവ അത്ര നല്ലതല്ല."

"തണുപ്പ് അകത്തുകടക്കുമല്ലേ?"

"അതെ"

ചില ഇനാമൽ പ്ലേറ്റുകളുമായി വൃദ്ധ സാവധാനത്തിൽ പടിയിറ
ങ്ങിവന്നു.

"ഭക്ഷണം റെഡിയായോ?" ജിപ്സി വിളിച്ചു ചോദിച്ചു.

ശബ്ദം താഴ്ത്തി എന്തൊക്കെയോ പിറുപിറുത്തുകൊണ്ട് തീക്കു
ണ്ഡത്തിനരികിലായി അവൾ പ്ലേറ്റുകൾ നിരത്തിവെച്ചു. രണ്ട് ഇരുമ്പു
പാത്രങ്ങൾ തീനാളത്തിനു മുകളിൽ ഒരു ഇരുമ്പ് വടിയിൽ കെട്ടിത്തൂ
ക്കിയിരുന്നു. മറ്റൊരു പാത്രം അവിടെ ചുടായിക്കൊണ്ടിരുന്നു. വെളിച്ച
ത്തിൽ ചൂടും ആവിയും ഇടകലർന്ന് പാറിക്കളിച്ചു. ഉപകരണങ്ങൾ
താഴെയിട്ട് ജിപ്സി എഴുന്നേറ്റു.

"ഞങ്ങളുടെ കൂടെ എന്തെങ്കിലും കഴിക്കൂ." മുഖത്തുനോക്കാതെ
ജിപ്സി ക്ഷണിച്ചു.

"ഞാനെന്റെ ഭക്ഷണം കൊണ്ടുവന്നിട്ടുണ്ട്." യ്‌വെറ്റി പറഞ്ഞു.

"എന്നാൽ കുറച്ച് സ്റ്റൂ കഴിക്കൂ." അയാൾ വീണ്ടും ക്ഷണിച്ചു.

ജിപ്സിയുടെ ശബ്ദം താഴ്ത്തിയുള്ള സംസാരത്തിന് മറുപടിയായി
വൃദ്ധ എന്തൊക്കെയോ മന്ത്രിച്ചു. അവൾ പാത്രം പുറത്തെടുത്തു.

"കുറച്ച് ബീൻസ്, ഇത്തിരി ആട്ടിറച്ചിയും" ജിപ്സി പറഞ്ഞു.

"നന്ദി" യ്‌വെറ്റി പറഞ്ഞു. വളരെ കുറച്ച് തന്നേക്കൂ, എനിക്കും കഴി
ക്കാമെങ്കിൽ."

അവൾ സൈക്കിളിനടുത്തെത്തി ഭക്ഷണപ്പൊ തിയുമായി തിരിച്ചെ
ത്തി. ജിപ്സി കാരവാനിലേക്ക് കയറിച്ചെന്ന് കൈതുടച്ചുകൊണ്ട് തിരി
കെവന്നു.

"കൈ കഴുകണോ?" അയാൾ ചോദിച്ചു.

"വേണ്ട, അവയിൽ അഴുക്കു പറ്റിയിട്ടില്ല." അവൾ പറഞ്ഞു.

അടുത്തുണ്ടായിരുന്ന ചെറിയ കുളത്തിലേക്ക് ചേരുന്ന അരുവി
യിൽനിന്ന് നല്ലവെള്ളം കൊണ്ടുവരുന്നതിനായി വലിയൊരു പിച്ചളജഗ്ഗ്

ടുത്ത് അയാൾ റോഡിറങ്ങിപ്പോയി. തിരിച്ചുവന്ന് ജഗ്ഗ് തീയിൽവെച്ചു. കുട്ടികൾ തീക്കുണ്ഡത്തിനരികെ കൂടിയിരുന്ന് വിരലും സ്പൂണുംകൊണ്ട് ബീൻസും മട്ടനും കഴിച്ചുതുടങ്ങി. ജിപ്സി ഒന്നും മിണ്ടാതെ സാവധാനത്തിൽ ഭക്ഷണം ചവച്ചരച്ചു തിന്നുതുടങ്ങി. ഒരു കറുത്ത പാത്രത്തിൽ കാപ്പിയുണ്ടാക്കിവെച്ച് വൃദ്ധ കപ്പുകൾക്കായി മുകളിലേക്ക് കയറിപ്പോയി. അവിടം പിന്നെയും നിശ്ശബ്ദമായി.

യ്വെറ്റി തൊപ്പിയൂരി മുടി വെയിലിലേക്ക് വിടർത്തിയിട്ട് സ്റ്റൂളിലിരുന്നു.

"നിങ്ങൾക്ക് എത്ര കുട്ടികളുണ്ട്?"

"അഞ്ച്" അവളുടെ കണ്ണുകളിലേക്ക് നോക്കി അയാൾ പറഞ്ഞു.

മനസിലെ കുഞ്ഞിക്കിളി താഴ്ന്നു പോവുന്നതായും ഉടനെയത് ചത്തുപോവുമെന്നും അവൾക്കുതോന്നി. ഒരു സ്വപ്നത്തിലെന്നപോലെ അവൾ ജിപ്സി നീട്ടിക്കൊടുത്ത കാപ്പിക്കപ്പ് വാങ്ങി മുഴുവൻ കുടിച്ചു തീർത്തു. ജിപ്സിയുടെ ഉടൽ മാത്രമായിരുന്നു അവളുടെ കണ്ണുകളിൽ നിറഞ്ഞുനിന്നിരുന്നത്. മരക്കമ്പിനു മുകളിൽ ഒരു നിഴൽപോലെയിരുന്ന ഇനാമൽ കപ്പിൽനിന്ന് നിശ്ശബ്ദനായി കാപ്പികുടിക്കുകയായിരുന്നു അയാൾ. അവളുടെ ആത്മശക്തി വാർന്നുപോയ്ക്കഴിഞ്ഞിരുന്നു. അവളെ നിയന്ത്രിക്കാൻ കെൽപ്പുള്ള, താൻ കാത്തിരുന്ന ഒരു ശക്തി തനിക്കു മേൽ പടരുന്നു, ജിപ്സിയുവാവിന്റെ നിഴൽ അവൾക്കു മുകളിലായിരുന്നു തെളിഞ്ഞു നിന്നിരുന്നത്. കാപ്പി ഊതിക്കുടിക്കുന്നതിനിടയിൽ ജിപ്സി ഓർത്തത് യ്വെറ്റി ഉടലിൽ ഒളിപ്പിച്ചു വെച്ച കിട്ടാക്കനിയെക്കുറിച്ചു മാത്രമായിരുന്നു. കാപ്പിക്കപ്പ് താഴെവെച്ച് ജിപ്സി യ്വെറ്റിയെ ഉഴിഞ്ഞുനോക്കി. തുടുത്തു പാകംവന്ന യ്വെറ്റിയുടെ ശരീരം. കുനിഞ്ഞ് കാപ്പി അകത്താക്കുമ്പോഴൊക്കെ മുടിയിഴകൾ മുഖത്തേക്കൂർന്നു വരുന്നു. യ്വെറ്റിയുടെ മുഖത്ത് നിവർന്നു വിടർന്ന് ആടിക്കളിക്കുന്ന ഒരു പൂവിന്റെ തുടുത്ത മയക്കമുണ്ടായിരുന്നു. വെളുത്ത ഒരു മഞ്ഞുത്തുള്ളി തൂങ്ങി നിൽക്കും പോലെ തുടുത്തു തിളങ്ങി നിൽക്കുന്ന ആ കന്യാകാത്വം. ജിപ്സിയുടെ കണ്ണുകളിൽ അവൾ നിറഞ്ഞുനിറഞ്ഞുവന്നു.

"കൈകഴുകാൻ എന്റെ കാരവാനിലേക്ക് പോവേണ്ടതുണ്ടോ?" ജിപ്സി ചോദിച്ചു.

ഉണർന്നെണീറ്റതുപോലെ തുളുമ്പിനിൽക്കുന്ന കന്യകാത്വത്തിന്റെ പ്രസരിപ്പും കുട്ടിത്തവുമുള്ള കണ്ണുകൾകൊണ്ട് അവൾ അയാളെ ഉറ്റു നോക്കി. കറുത്തിരുണ്ട ഒരു അരുവി കാൽപ്പാദങ്ങളിലേക്കുറി വന്ന് തന്നെ മുഴുവൻ കഴുകി വൃത്തിയാക്കും പോലെ തോന്നി യ്വെറ്റിക്ക്. പരിപൂർണ നായൊരു അപാരശക്തി, വശ്യമായ ഇരുണ്ടനിറം. ജിപ്സിയെ അവൾക്ക ങ്ങനെയാണ് തോന്നിയത്.

"വേണമെന്നുതന്നെ തോന്നുന്നു." അവൾ മറുപടി പറഞ്ഞു.

ജിപ്സി പതുക്കെ എണീറ്റുചെന്ന് വൃദ്ധയോടെന്തോ പറഞ്ഞു. പിന്നെ യ്വെറ്റിയിലേക്കു തിരിഞ്ഞു. അപാരമായ ഒരു ശക്തികൊണ്ട്

അയാൾ അവൾക്കദൃശ്യമായി നിർദേശങ്ങൾ കൊടുത്തുകൊണ്ടിരുന്നു. ചലനങ്ങൾക്കു പിറകിലെ സ്വയം തീരുമാനമെടുക്കലിൽനിന്ന് അവൾ പരിപൂർണ വിമുക്തയായിത്തീർന്നു.

"വരൂ"- ജിപ്സി പറഞ്ഞു. പ്രജ്ഞാശക്തി നഷ്ടമായതുപോലെ നിശ്ശബ്ദനായി നടന്നു മുന്നേറുന്ന ആ അദൃശ്യശക്തിയെ അവൾ അനുസരിച്ചുകൊണ്ടിരുന്നു. ഏതോ ഒരസാധാരണ ശബ്ദത്തിൽ അവൾ സ്വബോധത്തിലേക്കുണർന്നപ്പോൾ അയാൾ പടിക്കെട്ടുകളുടെ മുകളറ്റ ത്തെത്തിയിരുന്നു. അവൾ കീഴെയും.

ഒരു മോട്ടോർകാർ മുന്നോട്ടുവരികയായിരുന്നു. ചുറ്റും അപരിചിത ത്വത്തോടെ നോക്കി അയാൾ ചവിട്ടുപടിയുടെ മുകളിൽ നിന്നു. വൃദ്ധ ഉച്ചത്തിൽ എന്തൊക്കെയോ വിളിച്ചുപറഞ്ഞുകൊണ്ടിരുന്നു. കാർ അടു ത്തെത്തിക്കഴിഞ്ഞിരുന്നു. പെട്ടെന്ന് ഒരു സ്ത്രീയുടെ ശബ്ദത്തോടൊപ്പം അതിന്റെ വേഗത വളരെ സാവധാനത്തിലായി. അത് ക്വാറിയിലേക്ക് നിരങ്ങി നീങ്ങിനിന്നു.

കാരവാന്റെ വാതിലടച്ച് ജിപ്സി താഴേക്കിറങ്ങിപ്പോന്നു. "ദയവു ചെയ്ത് വേഗം തൊപ്പിയിടൂ". അയാൾ യ്വെറ്റിയോടു പറഞ്ഞു. അനു സരണയോടെ തീക്കുണ്ഡത്തിനടുത്തുള്ള സ്റ്റൂളിൽനിന്ന് അവൾ തൊപ്പി യെടുത്തിട്ടു. അയാൾ വണ്ടിചക്രത്തിലിരുന്ന് ഉപകരണങ്ങൾ കൈയി ലെടുത്തു തുടങ്ങി. ദേഷ്യത്തിൽ ആഞ്ഞാഞ്ഞുള്ള പ്രയോഗം ഒരു മെഷീൻഗൺ പോലെ തോന്നിച്ചു. ഒരു സ്ത്രീയുടെ ഉച്ചത്തിലുള്ള വിളി യിലാണ് ആ ദ്രുതചലനം നിലച്ചത്.

"ഇവിടെ തീക്കുണ്ഡത്തിൽ ഞങ്ങളുടെ കൈകളൊന്നു ചൂടുപിടി പ്പിച്ചോട്ടെ?" അൽപ്പം പുരോഗമനപ്രകൃതിയിൽ സാബിൾ രോമം കൊ ണ്ടു തുന്നിയ വലിയകോട്ടു ധരിച്ച സ്ത്രീ ചോദിച്ചു. കമ്പിളി ഗ്ലൗസു കൾ ഊരിപ്പിടിച്ച് പൈപ്പ് വലിച്ചുകൊണ്ട് വലിയ കോട്ടുധരിച്ചൊരു പുരു ഷൻ അവളുടെ പിന്നാലെയുണ്ടായിരുന്നു. "ഇത് മഹാഭാഗ്യം തന്നെ." ഒരുപാട് സാബിളുകളെ കൊന്നൊടുക്കി നെയ്ത ആ നീളൻ കോട്ടിന്റെ ചൂടിൽ ആശ്വാസത്തോടെ ചുറ്റുംനോക്കി. വിശാലമായി ചിരിച്ച് അവൾ പറഞ്ഞു. ആരും ഒന്നും പറഞ്ഞില്ല. തണുപ്പുകൊണ്ട് ചെറുതായി വിറ ച്ചുകൊണ്ട് അവൾ തീക്കുണ്ഡത്തിനടുത്തേക്കു നീങ്ങി. ഒരു തുറന്നകാ റിൽ വന്നവരായിരുന്നു അവർ. ഒരു ജൂതസ്ത്രീയാണെന്നു തോന്നിപ്പി ക്കത്തക്കവിധം വലിയ മൂക്കുള്ള ഒരു ചെറിയ സ്ത്രീയായിരുന്നു അവർ. വലിയ സാബിൾ കോട്ടിൽ ചെറിയൊരു കുട്ടിയുടെ വലിപ്പം മാത്രമുള്ള അവർ കൂടുതൽ തടിച്ചിട്ടാണെന്നു തോന്നുന്നു. അൽപ്പം കോപം തോന്നി പ്പിക്കുന്ന വലിയ കണ്ണുകളുള്ള ആ സ്ത്രീ ഇടയ്ക്കിടെ പുറത്തേക്കുറ്റു നോക്കിക്കൊണ്ടിരുന്നു. ആ കണ്ണുകളുടെ കത്തുന്ന നോട്ടം വിലകൂടിയ അവരുടെ എടുപ്പിന് വെളിയിലേക്ക് മുഴച്ചുനിന്നു. എമറാൾഡും (മരത കവും) രത്നക്കല്ലുകളും വെട്ടിത്തിളങ്ങുന്ന ചെറിയകൈകൾ അൽപ്പം തെളിച്ചം കുറഞ്ഞ നാളത്തിലേക്കു നീട്ടി അവളിരുന്നു.

"തീർച്ചയായും ഞങ്ങളീ തുറന്നകാറിൽ വരരുതായിരുന്നു. എന്റെ ഭർത്താവ് എനിക്കു തണുക്കുന്നു എന്നു പറയാൻ ഇതുവരെ എന്നെ അനുവദിച്ചില്ല കേട്ടോ." മൂർച്ചയും കുട്ടിത്തവും കൗശലവും പ്രൗഢിയുമുള്ള വലിയ ജൂതക്കണ്ണുകൾകൊണ്ട് അവൾ തന്റെ ഭർത്താവിനെയൊന്നു നോക്കി. ആ വലിയ സ്വർണമുടിക്കാരനുമായുള്ള അഗാധമായ പ്രണയം വെളിവാകുമായിരുന്നു. കൺപീലികളില്ലാത്ത നീലക്കണ്ണുകൾ കൊണ്ട് അയാളവളെ പിന്തിരിഞ്ഞുനോക്കി. തെളിഞ്ഞ ജിജ്ഞാസയുള്ള കവിളുകളിലേക്ക് ചെറിയൊരു ചിരി പടർത്തി നീണ്ട് ശക്തിയുള്ള ചുവന്ന വിരലുകൾകൊണ്ട് അയാൾ സ്വന്തം പൈപ്പ് നിറച്ചു. അങ്ങേയറ്റം സ്പോർട്സ്മാൻ ശരീരമുള്ള അയാൾ തണുപ്പുകാല കായികവിനോദങ്ങളും സ്കീയിങ്ങും സ്കേറ്റിങ്ങുമൊക്കെ ഇഷ്ടപ്പെടുന്ന ഒരാളായിരിക്കണം. ഒരു പ്രതികരണത്തിനുവേണ്ടി അവൾ അയാളെ നോക്കി. തുറന്ന അസാധാരണമായ ഒരു ചിരിയായിരുന്നു മറുപടി. ചെറിയ വെളുത്ത കൈകളിലേക്ക് പുരികം വളച്ചുകൊണ്ട് അവൾ വീണ്ടും തീനാളത്തിനുമുകളിലേക്ക് കൈകൾ പടർത്തിവെച്ചു.

വലിയ കോട്ടൂരിമാറ്റി, ചൂടേൽക്കാനുള്ള തയാറെടുപ്പോടെ മനോഹരമായി തുന്നിയുണ്ടാക്കിയ മഞ്ഞയും കറുപ്പും ചാരനിറവും ഇടകലർന്ന ജഴ്സിയും വലിയ ട്രൗസറും ധരിച്ച് അതിസുന്ദരനായി അവളുടെ ഭർത്താവ് വന്നുചേർന്നു. രണ്ടുപേരും ധനികരാണെന്ന് ഓരോ കാഴ്ചകളും വിളിച്ചു പറയുന്നുണ്ട്. ഒരു അത്‌ലറ്റിന്റേതിനു സമാനമായ തുറിച്ച നെഞ്ചും ആകർഷകമായ ശരീരവുമുണ്ടായിരുന്നു അയാൾക്ക്. ക്യാമ്പിലെ പട്ടാളക്കാരെപ്പോലെ വിറകുകൾ അടുക്കിവെച്ച് അയാൾ തീ തിളക്കമുള്ളതാക്കി.

"ഇതൊന്നുകൂടി കത്തിക്കാൻ അൽപ്പം വിറകെടുത്താൽ ഇവർ ബുദ്ധിമുട്ടുമോ?" പണിചെയ്തുകൊണ്ടിരുന്ന ജിപ്സിയെ നിശ്ശബ്ദനായി നോക്കി അയാൾ യ്‌വെറ്റിയോട് ചോദിച്ചു.

"ഞാൻ കരുതുന്നത് അവരതിഷ്ടപ്പെടുമെന്നാണ്" അവൾ മറുപടി പറഞ്ഞു. ജിപ്സിയുടെ മാന്ത്രികശക്തിയിൽനിന്ന് വേർപെട്ട് അസ്വസ്ഥമായി നിൽക്കുകയായിരുന്നു യുവതി. തീ ജ്വലിപ്പിക്കാൻ ഒരു ചാക്ക് കോണുകൾ അയാൾ കാറിൽനിന്നെടുത്തു കൊണ്ടുവന്നു. ഒരുപിടി അതിൽനിന്ന് വാരിയെടുത്ത് അതു കത്തിക്കാൻ ജിപ്സിയോടനുവാദം ചോദിച്ചു.

"ഏഹ്?"

"തീ ഒന്നുകൂടെ നന്നായി കത്തിക്കട്ടെ?"

"വേണ്ടതുപോലെ ചെയ്യൂ." ജിപ്സി പറഞ്ഞു.

നല്ലൊരു സുഗന്ധത്തോടെ തീനാളങ്ങൾകൊണ്ട് റോസാപ്പൂക്കൾ വിടർത്തി അത് നന്നായി കത്തിജ്വലിച്ചു.

"എന്തു മനോഹരം. സ്വന്തം ഭർത്താവിനെ നോക്കി ആ സ്ത്രീ ഒച്ച വെച്ചു. സൂര്യൻ ഐസ്കട്ടയെ നോക്കിയാലെന്നപോലെ ശാന്തനായി അയാൾ അവളെ നോക്കി.

"നിനക്ക് തീനാളമിഷ്ടമല്ലേ? അല്ലേ?" യ്വെറ്റിയോടാ സ്ത്രീ വിളിച്ചു ചോദിച്ചു. ജിപ്സിയുണ്ടാക്കുന്ന ശബ്ദത്തിൽ ആ ജൂതയുവതി അസ്വസ്ഥയായി. അയാളോട് അത് നിർത്താൻ ഉടൻ ആവശ്യപ്പെടും എന്നു പറയുംപോലെ അവൾ ജിപ്സിയെ പുരികം ചുളിച്ചുകൊണ്ട് നോക്കി.

യ്വെറ്റി ചുറ്റിലും നോക്കി. കാലുകളകത്തി ചെമ്പ് തകിടിലേക്ക് കുനിഞ്ഞ് ജിപ്സി ജോലിചെയ്യുകയായിരുന്നു. തന്നിൽനിന്നയാൾ ഒരു പാട് അകലത്തിലാണെന്ന് യ്വെറ്റിക്കു തോന്നി. ജൂതസ്ത്രീയുടെ ഭർത്താവ് പൈപ്പുമായി പുറകിൽ വന്നുനിന്ന് ജിപ്സിയുടെ ജോലികൾ ശ്രദ്ധിച്ചു. അടുത്തനിമിഷം പരസ്പരം മണം പിടിക്കാൻ പോകുന്ന രണ്ട് ആൺനായ്ക്കൾ അടുത്തടുത്തു നിൽക്കും പോലെ തോന്നി യ്വെറ്റിക്ക്.

"ഞങ്ങൾ ഹണിമൂൺ ട്രിപ്പിലാണ്." യ്വെറ്റിയെ വളഞ്ഞുനോക്കി ക്കൊണ്ട് സ്ത്രീ പറഞ്ഞു. ജേ, റൂക്ക് തുടങ്ങിയ പക്ഷികളുടെ ശബ്ദം പോലെ ഉയർന്ന ശബ്ദത്തിലായിരുന്നു അവരുടെ സംസാരം.

"അതെയോ?" യ്വെറ്റി ചോദിച്ചു.

"അതെ. ഞങ്ങളുടെ വിവാഹം ഇതുവരെ കഴിഞ്ഞിട്ടില്ല. സൈമൺ ഫാസലിനെ കുറിച്ച് കേട്ടിട്ടുണ്ടോ?"

വടക്കൻ രാജ്യങ്ങളിൽവച്ച് സമ്പന്നനും പ്രസിദ്ധനുമായ ഒരാളുടെ പേരായിരുന്നു അത്. "ഞാനാണ് മിസിസ് ഫാസൽ. അയാൾ ഉടനെ എന്നെ ബന്ധം പിരിയാൻ പോകുന്നു." ആ സ്ത്രീയുടെ വലിയ കുട്ടി ത്തമുള്ള ചാരക്കണ്ണുകളിലെ കോപത്തിന്റെയും പ്രകോപനത്തിന്റെയും രഹസ്യം ഇപ്പോഴവൾക്ക് ശരിക്കും പിടികിട്ടി. അങ്ങേയറ്റം മര്യാദയുള്ള ഒരു സ്ത്രീയായിരുന്നു അവർ. പെരുമാറ്റത്തിൽ വിവേകവുമുണ്ടായിരു ന്നു. സുപ്രസിദ്ധനായ സ്വന്തം ഭർത്താവ് സൈമൺ ഫാസലിന്റെ സദാ ചാരവിരുദ്ധകഥകളെക്കുറിച്ചൊന്നും അവൾ ഒരക്ഷരമുരിയാടിയില്ല. "വിവാഹമോചനം കിട്ടിയാലുടൻ മേജർ ഈസ്റ്റ് വുഡ്ഡിനെ ഞാൻ വിവാഹം കഴിക്കും." ചീട്ടുനിരത്തി കാഴ്ചക്കാരെ അവളോരോന്നു ധരി പ്പിച്ചു തുടങ്ങിയിരുന്നു.

ആണുങ്ങൾ രണ്ടുപേരും പിറകിൽ നിന്നെന്തോ ചെറുതായി സംസാരിച്ചുകൊണ്ടിരിക്കുകയായിരുന്നു. ജൂതസ്ത്രീ ചുറ്റുപാടുമൊന്നു കണ്ണോടിച്ചു. അവളുടെ വലിയ ചാരക്കണ്ണുകൾ ജിപ്സിയിൽ ഉറച്ചുനി ന്നു. മിന്നുന്ന ജേഴ്സിയും വായിൽ പൈപ്പുമായി താഴേക്കുറ്റുനോക്കി നിൽക്കുന്ന ആ വലിയ മനുഷ്യന്റെ മുഖത്തേക്ക് ജിപ്സി ലജ്ജയോടെ നോക്കി.

"അരാസിൽ നിന്നെത്തുന്ന കുതിരകൾക്കു വേണ്ടിയാണിത്." ജിപ്സി താണസ്വരത്തിൽ പറഞ്ഞു. സംസാരം മുറുകി. യുദ്ധത്തെക്കു റിച്ചായി പിന്നത്തെ ചർച്ച. മേജറുടെ സൈനികട്രൂപ്പിനു വേണ്ടി ജിപ്സി പണിയെടുത്തിട്ടുണ്ട്.

"പോവുന്നത് സൈക്കിളിലാണോ?" ജൂതസ്ത്രീ യ്വെറ്റിയോടു ചോദിച്ചു.

"അതെ, പാപ്പിൾവിക് താഴ്വര വരേക്കും. എന്റെ അച്ഛൻ മി. സേവെൽ പാപ്പിൾവിക്കിലെ റൈറ്റർ ആണ്."

"ഓ എനിക്കറിയാം സൂത്രശാലിയായ ആ എഴുത്തുകാരനെ. ഞാൻ പലതും വായിച്ചിട്ടുണ്ട്." യുവതി പറഞ്ഞു. കോണുകൾ തീർന്ന് ഒരു കുമ്പാരം ബാക്കിയായി. റോസാപ്പൂക്കൾ അവശേഷിക്കുന്ന നാളങ്ങളിൽ നിന്ന് തെറിക്കുകയും പൊട്ടുകയും ചെയ്തു. ഉച്ചകഴിഞ്ഞ് ആകാശം കൂടുതൽ മേഘാവൃതമായി. ഒരുപക്ഷേ, വൈകുന്നേരം അവിടെ മഞ്ഞു പെയ്തേക്കാം. മേജർ കോട്ടുധരിച്ച് തിരിച്ചുവന്നു.

"കുതിരകളുടെ ചുമതല ഏറ്റെടുത്തിരുന്ന ആൾ. മുഖം എനിക് ചെറുതായോർമ വരുന്നുണ്ട്" മേജർ ഓർമിച്ചെടുക്കാൻ ശ്രമിച്ചു. ഞങ്ങൾ സ്കോർസ്ബിയിലാണ് താമസിക്കുന്നത്. ഈ സൈക്കിൾ പിറകിൽ കെട്ടിവച്ച് ഞങ്ങളോടൊപ്പം വരൂ" അവർ ആവശ്യപ്പെട്ടു.

"ശരി." യ്വെറ്റി പറഞ്ഞു.

"വാ" എത്തിനോക്കുന്ന കുട്ടികളെ നോക്കി ജൂതസ്ത്രീ പറഞ്ഞു. മേജർ സൈക്കിളെടുത്ത് കാറിനടുത്തേക്കു നീങ്ങി.

"വരൂ" ചെറിയ പേഴ്സിൽനിന്ന് ഒരു ഷില്ലിങ് പുറത്തെടുത്തു കൊണ്ട് അവൾ കുട്ടികളെ വിളിച്ചു.

ജിപ്സി പണിനിർത്തി കാരവാനിലേക്ക് പോയിരുന്നു. വൃദ്ധ വാതിൽ ക്കൽനിന്ന് കുട്ടികളെ വിളിച്ചു.

മൂത്ത രണ്ടുകുട്ടികൾ ആരും കാണാതെ മുന്നോട്ടുവന്നു. അവള വർക്ക് രണ്ടുതുണ്ട് വെള്ളി, ഒരു ഷില്ലിങ്, ഒരു ഫ്ലോറിൽ എന്നിവ ഇട്ടു കൊടുത്തു.

വൃദ്ധയുടെ കുതിരസമാനമായ ശബ്ദം വീണ്ടുംകേട്ടു.

ജിപ്സി പുറത്തേക്കുവന്ന് തീക്കരികിൽ ചുരുണ്ടിരുന്നു. സ്വന്തം വർഗത്തിന് പരമ്പരാഗതമായി കിട്ടിയ ധീരതയോടെ ജൂതസ്ത്രീ ജിപ്സി യുടെ മുഖത്ത് സൂക്ഷിച്ചുനോക്കി.

"നിങ്ങൾ മേജർ ഈസ്റ്റ് വുഡ്ഡിന്റെ റജിമെന്റിൽ യുദ്ധത്തിനു പോയി രുന്നു അല്ലേ?" ആ യുവതി ചോദിച്ചു.

"അതേ മാഡം"

"നിങ്ങളിനിയുമവിടെയുണ്ടായിരുന്നെങ്കിൽ! നല്ല മഞ്ഞ് പെയ്യാൻ പോകുന്നു." ജൂതസ്ത്രീ ആകാശത്തേക്കുറ്റു നോക്കി.

"അൽപ്പം കഴിയും" അയാളും തലയുയർത്തി നോക്കി പിടികൊടു ക്കാതെ പറഞ്ഞു. വളരെ പഴഞ്ചനായ, വ്യവസ്ഥാപിത സമൂഹവുമായി പ്രത്യേകരീതിയിൽ യുദ്ധം ചെയ്യുന്ന ഒരു കൂട്ടരായിരുന്നു അയാളുടെ വർഗം. ഇതുവരെ ജയിക്കാൻ കഴിയാത്തവരും. വല്ലപ്പോഴും മാത്രമായി രുന്നു ഒരു ജിപ്സിയുടെ വിജയം.

ജിപ്സി യ്വെറ്റിയെ നോക്കി.

"കാറിലാണോ പോക്ക്?" അയാളന്വേഷിച്ചു.

"അതെ. കാലാവസ്ഥ വളരെ മോശമാണ്." ആകാശം നോക്കി വേദ
നയുണ്ടാക്കുന്ന അംഗചലനങ്ങളോടെ അവൾ പറഞ്ഞു.

"കാലാവസ്ഥ മോശമാണ്." മുകളിലേക്ക് നോക്കി അയാളുമതാ
വർത്തിച്ചു. ജിപ്സിയുടെ വികാരങ്ങളെന്തൊക്കെയാണെന്ന് അവൾക്ക്
പറയാനാവുമായിരുന്നില്ല.

ഇങ്ങനെയൊരു യാത്ര യ്‌വെറ്റിക്ക് താൽപ്പര്യമുള്ള കാര്യമല്ല.
പക്ഷേ, രണ്ടുകുട്ടികളുടെ അമ്മയായ ആ ജൂതസ്ത്രീ അവളെ വല്ലാതെ
ആകർഷിച്ചു. അവളിലും അഞ്ചാറ് വയസിനു ഇളയ നിർധനനും കായി
കക്ഷമതകൊണ്ടുർജസ്വലനുമായ മേജർ ഈസ്റ്റ് വുഡിലേക്ക് തന്റെ
ഭർത്താവിന്റെ സ്വത്തുക്കൾ മുഴുവൻ മാറ്റാൻ പോവുകയാണ് ആ അത്യാ
ശ്ചര്യയുവതി.

ജൂതസ്ത്രീയുടെ ഭർത്താവ് തിരിച്ചെത്തി.

"ചാൾസ് ഒരു സിഗററ്റ്" സ്ത്രീ മേജർ ഈസ്റ്റ് വുഡിനോടാവശ്യ
പ്പെട്ടു.

വളരെ സാവധാനം അത്‌ലറ്റിന്റെ അംഗചലനങ്ങളോടെ അയാൾ
ഒരു സിഗററ്റ് എടുത്ത് അവൾക്കു കൊടുത്തു. മറ്റുള്ളവരെ വേദനിപ്പി
ച്ചാലോ എന്നപോലെ പതുക്കെ ശ്രദ്ധയോടെയുള്ളതുമായ ശാരീരിക
ഭാഷയോടെയായിരുന്നു അയാളതു ചെയ്തത്. അതിനുശേഷം ഒന്നെ
ടുത്ത് യ്‌വെറ്റി കൊടുത്തു. കുടുമുഴുവനായി ജിപ്സിക്കും.

ജിപ്സി ഒന്നുമാത്രമെടുത്ത് നന്ദിപറഞ്ഞ് ബാക്കിയുള്ളവ തിരികെ
കൊടുത്തു. ജിപ്സി പതുക്കെ തീക്കുണ്ഡത്തിനരികെ വളഞ്ഞിരുന്ന് ചുവ
ന്ന തീപ്പൊരികളിലേക്കുറ്റുനോക്കി. രണ്ട് സ്ത്രീകളും അയാളെ നോക്കി
നിൽക്കുന്നുണ്ടായിരുന്നു.

"ഗുഡ്‌ബൈ" ജൂതസ്ത്രീ അനുകമ്പനിറഞ്ഞ സ്വരത്തിലാണതു പറ
ഞ്ഞത്"

"നിങ്ങൾ തന്ന ചൂടിനു നന്ദി."

"തീ ഒരിക്കലുമാരുടേതുമല്ല." ജിപ്സി പറഞ്ഞു.

കുട്ടികൾ ഓടിവന്നു.

"ഗുഡ്‌ബൈ" യ്‌വെറ്റി പറഞ്ഞു. "നിങ്ങൾക്ക് മഞ്ഞ് അധികമാവു
ന്നുണ്ടോ?" യ്‌വെറ്റി ചോദിച്ചു.

"ഒരു ചെറിയമഞ്ഞ്. ഞാനത് വകവയ്ക്കാറില്ല." ജിപ്സി പറഞ്ഞു.

"ഇല്ലേ? ഞാൻ കരുതി."

"ഇല്ല."

യ്‌വെറ്റി സ്കാർഫ് രാജകീയമായി ചുമലിൽ ചുറ്റി. പിന്നാലെ കോട്ട
ണിഞ്ഞ് ജൂതസ്ത്രീയും. ഒരു രോമക്കോട്ട് തനിയെ തന്റെ കുഞ്ഞിക്കാ
ലുകളിൽ നടന്നുപോവുന്നതുപോലെയായിരുന്നു ആ കാഴ്ച.

# ആറ്

യ്വെറ്റി ഈസ്റ്റ് വുഡിനാൽ ആവേശംപൂണ്ടു. ആ ജൂതസ്ത്രീയെ ആശ്വസിപ്പിക്കുന്ന വിധിക്ക് മൂന്നുമാസത്തെ കാത്തിരിപ്പുകൂടി വേണം. സ്കോർസ്ബിയിൽ അവളൊരു വേനൽക്കാലവസതി വാടകയ്ക്കെടു ത്ത് എന്ത് ധീരതയോടെയാണ്. ഇപ്പോൾ വേനൽ മുറിഞ്ഞ് തണുപ്പ് വന്നിരിക്കുന്നു. ഒരു വേലക്കാരിപോലുമില്ലാതെ ഈ തണുപ്പിൽ മേജറും ആ സ്ത്രീയും ഒറ്റപ്പെട്ടുപോയി. സൈന്യത്തിൽനിന്ന് സ്വയം വിരമിച്ചതായിരുന്നു മേജർ ഈസ്റ്റ് വുഡ്. പേരിന്റെ വലിപ്പം ചുരുക്കി ഈസ്റ്റ് വുഡ് എന്നാക്കിമാറ്റി. പുറംലോകത്തിന് മിസ്റ്റർ ആൻഡ് മിസിസ് ഈസ്റ്റ് വുഡ് ആണ് അവരിപ്പോൾ.

ജൂതസ്ത്രീക്ക് മുപ്പത്തിയാറുവയസായിരുന്നു. അവളുടെ രണ്ട് കുട്ടി കൾക്ക് പന്ത്രണ്ടുവയസിനു മുകളിലും. ആകർഷകമായ ചെറിയ ശരീ രവും ദേഷ്യവും കുറ്റപ്പെടുത്തലുമൊളിച്ചു കിടക്കുന്ന വലിയ കണ്ണുകളും, വെട്ടിയൊതുക്കിയ കറുത്തു ചുരുണ്ട സുന്ദരൻ മുടിയിഴകളുമുള്ള ജൂത സ്ത്രീയും വിളറിയ കണ്ണും വലിയ ശരീരവുമുള്ള യുവാവും ഡെൻമാർ ക്കിന്റെ പാരമ്പര്യമുള്ള ഉയർന്നനിലത്തിനും മലനിരകൾക്കുമിടയിലെ ആധുനിക ഗൃഹത്തിലിരുന്ന് അവരുടേതായ സ്വകാര്യങ്ങളിൽ മുഴുകുന്നു.

രസകരമായൊരു വീടായിരുന്നു അത്. വീടുനിറയെ ഫർണിച്ചറുക ളുണ്ടായിരുന്നിട്ടും തനിക്കു പ്രിയപ്പെട്ട ചിലതെല്ലാം ആ സ്ത്രീ കൂടെ കൊണ്ടുവന്നിരുന്നു. റോ കോ കോ രീതിയിലായിരുന്നു ഫർണിച്ചറു കളുടെ ക്രമീകരണം. പ്രത്യേകതയുള്ള വളഞ്ഞ കബോർഡ് നിറയെ മുത്ത്, ആമത്തോട്, ഒരുതരം മരക്കാതൽ, സ്വർഗത്തിനു മാത്രം തിരിച്ച റിയാനാവുന്ന എന്തോ ഒരു സാമഗ്രി, കാറ്റിൽ ആശ്ചര്യപ്പെട്ടു നിൽക്കുന്ന സന്ന്യാസ പ്രതിമകൾ, നന്നായി കളറുചെയ്ത മരവും ലോഹവും കൊണ്ടു തീർത്ത വസ്ത്രങ്ങളും റോസ്മുഖങ്ങളും, അസാധാരണമായി ഉയർന്ന ചിത്രപ്പണികൾ നെയ്തു പിടിപ്പിച്ച തകർപ്പൻ ഇറ്റാലിയൻ കസേ രകൾ. ഒടുവിൽ 18-ാം നൂറ്റാണ്ടിന്റെ അവസാനത്തിലോ 19-ാം നൂറ്റാ ണ്ടിന്റെ തുടക്കത്തിലോ ഗ്ലാസിൽ നിറംപിടിപ്പിച്ചു വെച്ച ആശ്ചര്യപ്പെടു ത്തുന്ന ചിത്രങ്ങൾ.

അസാധാരണവും, നിറഞ്ഞുകിടക്കുന്നതുമായ ഇത്തരമൊരു അക ത്തളത്തിലേക്ക് യ്വെറ്റി ആനയിക്കപ്പെട്ടു. സ്റ്റൗവിന്റെ ഒരു വലിയ ശേ ഖരം കൊണ്ട് കുടിലിന്റെ മുക്കും മൂലയും ചുടുപിടിച്ചു കിടന്നു. യുവതി മനോഹരമായ മേൽക്കുപ്പായവും പേൽ നിറത്തിലുള്ള ഫ്രോക്കുമിട്ട് ഒരു പാത്രത്തിലേക്ക് പന്നിയിറച്ചി വിളമ്പിവെച്ചു. അതേസമയം വെളുപ്പും ചാരനിറവും ഇടകലർന്ന ട്രൗസർ ധരിച്ച മേജർ റൊട്ടി മുറിച്ച് കടുക് ചേർത്തുവെച്ചു. കാപ്പി തയാറാക്കിവെച്ചു. കൂടെ തണുത്ത ഇറച്ചിയും കാപി യറും.

വധുവിന്റെ ശേഖരത്തിലെ മറ്റുചില വിലപിടിപ്പുള്ള സാധനങ്ങളാ
യിരുന്നു വെള്ളിയിലും ചൈനാക്ലേയിലുമുള്ള പാത്രങ്ങളും ഉപകരണ
ങ്ങളും. ഒരു വെള്ളി മഗ്ഗിൽ നിന്നാണ് മേജർ ഈസ്റ്റ് വുഡ് കാപ്പി പകർന്നു
കഴിച്ചതു തന്നെ. സ്ത്രീകൾ രണ്ടുപേരും ഷാംപെയ്ൻ കഴിച്ചത് മനോ
ഹരമായ ഗ്ലാസുകളിലാണ്. അവരൊരുപാട് സംസാരിച്ചു. ജൂതസ്ത്രീ
അതി തീവ്രമായ ഒരു സദാചാരവാദിയായിരുന്നു.

ഉച്ചമയങ്ങിയതോടെ അവർ അടുക്കളയിലേക്കു കയറി. വെളുത്ത
അത്ലറ്റിക് കൈകൾ കാണുംവിധം കുപ്പായക്കൈകൾ തെറുത്തുകയറ്റി
ശ്രദ്ധയോടെ മേജർ പാത്രങ്ങളോരോന്നായി കഴുകിവെച്ചു. ആ സമയത്ത്
ജൂതസ്ത്രീ പാത്രങ്ങളെല്ലാം തുടച്ച് അടുക്കിവെച്ചു. വീടിന്റെ മുക്കും
മൂലയും തെരഞ്ഞ് സ്റ്റൗവുകളുടെ അവസ്ഥ പരിശോധിച്ചത് മേജർ ആയി
രുന്നു. അതിനുശേഷം മഴ വകവയ്ക്കാതെ ഒരു ചെറിയ അടഞ്ഞ കാറിൽ
യ്വെറ്റിയെ വീടിന്റെ പിൻഗേറ്റിൽ കൊണ്ടുചെന്നിറക്കി.

ആ ദമ്പതികളെക്കണ്ട് യ്വെറ്റി അന്തംവിട്ടു പോയി. അവൾ ലൂസി
ല്ലെയ്ക്ക് നടന്നതെല്ലാം വിശദമാക്കി കൊടുത്തു.

"വീട്ടുവേല ചെയ്യുകയും യുവതിയെ സംരക്ഷിക്കുകയും ചെയ്യുന്ന
മേജർ. അവർ വിവാഹിതരായാൽ കാര്യങ്ങൾ കൂടുതൽ രസകരമാവും."

"ശരിയാണ്". യ്വെറ്റി പറഞ്ഞു. "ശരിയാണ്"

അവരെക്കുറിച്ചുള്ള ചിന്ത യ്വെറ്റിയെ വീണ്ടും ജിപ്സി യുവാവിന്റെ
ഓർമകളിലേക്ക് മനസിനെ എത്തിച്ചു.

"ഒരിക്കലും ചേരാനിടയില്ലാത്ത നമ്മുടെ ഡാഡിയും മമ്മിയും,
കലർന്നു കിട്ടാൻ പ്രയാസം തോന്നിപ്പിക്കുന്ന മേജർ ഈസ്റ്റ് വുഡും
കൂട്ടുകാരിയും, ഒരു വമ്പൻ കുതിരയുടെ എടുപ്പോടെ എന്റെ ഭാവി
പറഞ്ഞ ആ ജിപ്സിപ്പെണ്ണ്. സുന്ദരനും തരളിതനുമായ ജിപ്സി യുവാ
വ്. അവിശ്വസനീയമാംവിധം ഇവരെയെല്ലാം ചേർത്തുകെളുത്തുന്നതെ
ന്താണ് ലൂസില്ലെ?

"ആ വിളക്കുപശയാണ് ലൈംഗികത" ലൂസില്ലെക്കതിൽ സംശയ
മില്ല.

"ശരീരത്തിന്റെ സാധാരണ നീക്കങ്ങളെപ്പോലെയല്ലെ അത്
ലൂസില്ലെ?"

"അത് മറ്റു രസങ്ങൾപോലെയല്ലെന്നെനിക്കും തോന്നുന്നു. അത
ങ്ങനെയാവാനും പാടില്ല" ലൂസില്ലെ.

"കാരണം നീ ശ്രദ്ധിച്ചിട്ടില്ലെ, പെണ്ണുങ്ങളെ ഗൗനിക്കാതെ തരംതാ
ഴ്ത്തുന്ന സാധാരണക്കാരിൽ സാധാരണക്കാരെ? അതിലാർക്കും പരാ
തിയുമില്ല. പെണ്ണ് വെറും ലൈംഗികജീവിയത്രെ!." യ്വെറ്റി.

"ലൈംഗികത കൂടിയവരും കുറഞ്ഞവരുമുണ്ടെന്നെനിക് തോന്നാ
റുണ്ട്. അങ്ങനെയെങ്കിൽ വിഷയമെത്രയോ സങ്കീർണമാണ്. എന്നെ
സംബന്ധിച്ച് അത്തരത്തിലൊന്നും ഇതുവരെ തോന്നിയിട്ടേയില്ല. അസാ

ധാരണരായവർക്ക് ഒരുപക്ഷേ, ഒരുതുള്ളി ലൈംഗികതയുമുണ്ടായിരി
ക്കില്ല!" ലൂസില്ലെയുടെ വാക്കുകളിൽ നിരാശയുണ്ടായിരുന്നു.

"ഒരുപക്ഷേ, നമ്മൾ രണ്ടുപേരും അങ്ങനെതന്നെയാണ്. ആണു
ങ്ങളുമായി ബന്ധിപ്പിക്കാൻ നമുക്കതുപോലും തന്നില്ലല്ലോ ''

"ആണുങ്ങളുമായി ബന്ധിപ്പിക്കുക. ഇങ്ങനെ പറയാൻ എങ്ങനെ
തോന്നുന്നു നിനക്ക്?" ലൂസില്ലെക്കു മടുപ്പുതോന്നി.

"ആണുങ്ങളോട് അങ്ങനെ ചേരേണ്ടി വരുന്നതിൽ നിനക്ക് വെറു
പ്പില്ലേ? ലൈംഗികമായി ജീവിക്കേണ്ടിവരുന്നതാണിവിടത്തെ ഏറ്റവും
ഭയാനകമായ ദുര്യോഗമെന്നാണെനിക്കു തോന്നുന്നത്. ഈവക ഏടാ
കൂടങ്ങളില്ലാതെ ആണും പെണ്ണും മാത്രമാവുന്നതാണ് എനിക്ക് കൂടുത
ലിഷ്ടം."

യ്‌വെറ്റി ആലോചനയിൽ മുഴുകി. ഓർമയിൽ "കാലാവസ്ഥ വളരെ
മോശമാണെ"ന്നു പറഞ്ഞപ്പോൾ ജിപ്സി അവളെ ചുഴിഞ്ഞു നോക്കു
ന്നു. എത്ര ശ്രമിച്ചിട്ടും അയാളെ അവഗണിക്കാനോ ഓർമകളെ മുറിച്ചു
കളയാനോ അവൾക്കു പറ്റിയില്ല.

"അതെ, ലൈംഗികത മഹത്തായൊരു ബോറാണ്. അതു കിട്ടിയി
ല്ലെങ്കിൽ എപ്പോഴെങ്കിലുമൊരുപാട് കിട്ടണമെന്ന് കൊതിക്കും. കിട്ടു
മ്പോഴോ വെറുക്കും." യ്‌വെറ്റി ലൂസില്ലെയുടെ മുഖമുയർത്തി മൂക്കിൽ
ചെറുതായി നുള്ളി.

"എനിക്കറിയില്ല" ലൂസില്ലെ പറഞ്ഞു. "ഒരുനാൾ ഞാനും ഭീകര
മായ പ്രണയത്തിൽ ലയിച്ചുപോവണമെന്നാണെന്റെ ആഗ്രഹം"

"പക്ഷേ, നീയായതുകൊണ്ട് അതുനടക്കില്ല" മൂക്കുചുളിച്ചു കൊണ്ട്
യ്‌വെറ്റി പറഞ്ഞു.

"നിനക്കെങ്ങനെ അറിയാം?" ലൂസില്ലെക്ക് നിരാശതോന്നി.

"എനിക്കുറപ്പില്ല, പക്ഷേ അങ്ങനെയാവാം." യ്‌വെറ്റി പറഞ്ഞു.

"എങ്ങനെയായാലും പ്രണയം തഴയപ്പെടുമെന്ന് എപ്പോഴുമോർമി
ക്കുക തന്നെ വേണം, അതു വേദനിപ്പിക്കുമെങ്കിലും." ലൂസില്ലെ.

യ്‌വെറ്റി ചെറുതായൊന്നു മൂളി.

"നമ്മളെ സംബന്ധിച്ച് ഇതൊരു പ്രശ്നമല്ലല്ലോ. നമുക്ക് പ്രണയ
മില്ല, ഒരുപക്ഷേ ഉണ്ടാവുകയുമില്ല." ലൂസില്ലെ പറഞ്ഞതോടെ പ്രശ്നം
പരിഹരിക്കപ്പെട്ടു.

"എനിക്കാ കാര്യത്തിൽ തീർച്ചയില്ല." യ്‌വെറ്റി സങ്കടത്തോടെ പറ
ഞ്ഞു. ഒരുനാൾ ഞാനും പ്രണയത്തിൽ മുങ്ങുമെന്നാണെന്റെ വിശ്വാസം."

"അത് നടക്കാൻ സാധ്യതയില്ല." ലൂസില്ലെയുടെ വാക്കുകൾക്ക്
അൽപ്പം മൃഗീയതയുണ്ടായിരുന്നു. "പ്രായംചെന്ന എല്ലാ അവിവാഹിത
കളുടെയും ഒരു സാധാരണ സ്വപ്നം മാത്രമാണിത്."

അവഗണിക്കപ്പെട്ടതിന്റെയും വേദനിക്കപ്പെട്ടതിന്റെയും ഒരുനോട്ടം
യ്‌വെറ്റി ലൂസില്ലെയെ നോക്കി.

"നീ സത്യം പറയുകയാണോ? അവരെന്താണ് നമ്മളെ ശ്രദ്ധിക്കാ
ത്ത്?"

"അവരെന്തിന് ശ്രദ്ധിക്കണം? പാവം പെണ്ണ്, അവർക്കൊരുത്ത നെയും കിട്ടുന്നില്ലല്ലോ എന്നാളുകൾ പറയുകയും ചെയ്യും."

"അൽപ്പം പ്രായമായ അവിവാഹിതകളെക്കുറിച്ചാളുകൾ പറഞ്ഞു ണ്ടാക്കുന്നതിലാണവർക്കൊക്കെ വിശ്വാസം, കഷ്ടം." യ്വെറ്റി പറഞ്ഞു.

"എന്തായാലും നമ്മെ രസിപ്പിക്കുന്നതിന് യുവാക്കളുടെ ഒരുകൂട്ടം തന്നെയുണ്ട്. നമ്മുടെ സമയം നല്ലതു തന്നെയാണ്."

"അതെ. പക്ഷേ, ഞാനിവരിലൊരുത്തനേയും വിവാഹം കഴിക്കില്ല."

"എനിക്കുമതിനാവില്ല." ലൂസില്ലെ പറഞ്ഞു.

"നല്ല കുറെ ആൺസുഹൃത്തുക്കളെ കിട്ടുന്നസമയത്ത് നമ്മളെന്തിന് വിവാഹത്തെക്കുറിച്ചോർത്ത് തലപുകയ്ക്കണം? നമ്മുടെ നിലവാരത്തിനു ചേർന്ന ഊർജസ്വലർ തന്നെയാണവർ."

"അതെ ശരിയാണ്." യ്വെറ്റി മറ്റെന്തോ ചിന്തിക്കുകയായിരുന്നു.

"പക്ഷേ ഇത് ആരെയെങ്കിലും വിവാഹം കഴിക്കുന്നതിനെക്കുറിച്ച് ആലോചിക്കേണ്ട സമയമാണെന്നെനിക്കു തോന്നുന്നു." ലൂസില്ലെ പറ ഞ്ഞു.

"മറ്റൊരു നല്ല സമയം വരാനില്ലെങ്കിൽ ഇപ്പോഴേ വിവാഹം കഴിച്ച് എവിടെയെങ്കിലും താമസമുറപ്പിക്കണം. അത്രതന്നെ."

"തീർച്ചയായും." യ്വെറ്റി പറഞ്ഞു. യ്വെറ്റിക്ക് ലൂസില്ലെയോട് ചെറു തായി കോപം തോന്നി. യ്വെറ്റി അവളെ പിന്തിരിഞ്ഞു നോക്കി. സുന്ദര മായ ആ കണ്ണുകൾക്കു ചുറ്റും കറുപ്പുനിറം തങ്ങിനിന്നിരുന്നു. സുരക്ഷി തത്വം നൽകാൻ കെൽപ്പുള്ള ഏതെങ്കിലുമൊരു ചെറുപ്പക്കാരൻ അവളെ വിവാഹം കഴിച്ചെങ്കിൽ.

റെക്ടറോടോ മുത്തശ്ശിയോടോ യ്വെറ്റി ഈസ്റ്റ് വുഡിന്റെ വിശേ ഷങ്ങൾ പറഞ്ഞില്ല. അവൾ പറഞ്ഞുതുടങ്ങിയതൊന്നും റെക്ടർ ശ്രദ്ധി ച്ചുമില്ല.

"നിന്റെ ഡാഡിക്കറിയില്ലെങ്കിൽ ഞാൻ വീട്ടിൽ വരില്ലെ"ന്ന് ജൂത സ്ത്രീ യ്വെറ്റിയോടു പറഞ്ഞു.

"ഞാൻ പറയണമെന്നു കരുതി. ഡാഡി ഇതൊന്നും കാര്യമായയെടു ക്കാൻ സാധ്യതയില്ല." യ്വെറ്റി പറഞ്ഞു. നിർവികാരമായ എന്നാൽ ഒരുപക്ഷേ, കൂർത്തനോട്ടത്തോടെ മേജർ അവളെ നോക്കി. അയാളും യ്വെറ്റിയുമായി ചെറിയൊരു പ്രണയത്തിൽ വീണുതുടങ്ങിയിരുന്നു. അവ ളുടെ പ്രായത്തിന്റെ തിളക്കവും, ഈ ലോകത്തോടു കാണിച്ചുകൂട്ടുന്ന അകൽച്ചയും ഇമതെറ്റാത്ത നോട്ടവുമെല്ലാം അയാളെ ആകർഷിച്ചു.

സംഭവിക്കാൻ പോവുന്നതിനെക്കുറിച്ച് നല്ല തീർച്ചയുണ്ടായിരുന്ന തിനാൽ അവൾ ചെറുതായി സന്തോഷിച്ചു. ഈസ്റ്റ് വുഡ് അവളിലെ കാൽപ്പനികത ഉണർത്തി.

ഉയർന്ന ഉദ്യോഗസ്ഥനും നീന്തൽ ചാമ്പ്യനും ഒരു മോട്ടോർകാറിന്റെ ഉടമയുമായ ആ ശാന്തനായ മനുഷ്യൻ ജാള്യതകളില്ലാതെ സ്വന്തം കൂട്ടു കാരിയെ സഹായിക്കുന്നു. പാത്രങ്ങൾ വൃത്തിയാക്കുന്നു. നൈപുണ്യ

ത്തോടെയും ശ്രദ്ധയോടെയും അവ ചെയ്തുതീർക്കുന്ന അതേ ആൾതന്നെ ഒരു ഓട്ടോമൊബൈൽ എഞ്ചിന്റെ ഉൾഭാഗത്തെക്കുറിച്ച് ഗഹ നമായി അന്വേഷിച്ചു പഠിക്കുന്നു. താഴെ ഐസിൽ പുതഞ്ഞുകിടക്കുന്ന കാർ വൃത്തിയാക്കുകയും കുഞ്ഞു ജൂതസ്ത്രീക്ക് വിരസത തോന്നാതി രിക്കാൻ ശ്രദ്ധിക്കുകയും ചെയ്യുന്നു. യ്വെറ്റി അയാളെ ഇഷ്ടപ്പെടും. യ്വെറ്റിയുടെ സംസാരം റൊമാന്റിക് ആയിരുന്നില്ല. അത്തരമൊരു ആഗ്രഹം അവൾക്ക് ഉണ്ടായിരുന്നെങ്കിലും.

"ഭാവി പരിപാടികളെന്തൊക്കെയാണ്?"

"ഭാവിയെക്കുറിച്ചെന്ത്?" കടക്കണ്ണിൽ നിർവികാരമായ ഒരു ചിരി പടർത്തിവെച്ച് മേജർ ചോദിച്ചു.

"ഒരു കരിയർ, എല്ലാവരും അതിൽ കുടുങ്ങിക്കിടക്കണമെന്നാ ണല്ലോ." അവൾ അയാളുടെ കണ്ണുകളിലേക്കു നോക്കി.

"ഞാനിന്ന് പൂർണതൃപ്തനാണ്, നാളെയും അങ്ങനെ തന്നെയാ യിരിക്കാം. തുടർച്ചയായുള്ള ഇന്നും നാളെയുമാണല്ലോ ഭാവി."

"തീർച്ചയായും." അവൾ പറഞ്ഞു. "ഇത്തരം ജോലികളെ ഞാനും വെറുക്കുന്നു. ഇത്തരം ജീവിതത്തേയും." ഇതുപറഞ്ഞ് യ്വെറ്റി ചിന്തി ച്ചത് ആ കുടുംബത്തിന്റെ കൈവശമുള്ള പണത്തെക്കുറിച്ചാണ്. അതി നയാൾ ഉത്തരമൊന്നും പറഞ്ഞില്ല. ആത്മാവിന് ഇളംചൂടു കൊടുക്കും വിധത്തിൽ അയാളുടെ ദേഷ്യംപോലും മൃദുവായിരുന്നു.

പറഞ്ഞുപറഞ്ഞ് രണ്ടുപേരും തത്വചിന്തകൾ ചർച്ചചെയ്തു തുടങ്ങി. ജൂതസ്ത്രീ ഇടയ്ക്ക് ഭർത്താവിനെ നോക്കിനിന്നു. സ്വന്തമാക്കി വയ്ക്കാ നുള്ള ത്വരയല്ല, ജിജ്ഞാസയായിരുന്നു ആ കണ്ണുമുഴുവൻ. പെട്ടെന്നൊരു നിമിഷം എല്ലാംകൂടുതൽ വ്യക്തമാവുന്നതുപോലെയും തോന്നി യ്വെറ്റി ക്ക്.

"ജീവിതം വല്ലാത്തൊരു പ്രയാസംതന്നെ." അവൾ പറഞ്ഞു.

"ശരിയാണ്." ജൂതസ്ത്രീ ഒച്ചയുണ്ടാക്കി. "ജീവിതത്തിൽ ഏറ്റവും മൃഗീയമായ കാര്യം ഒരാൾ പ്രണയിക്കുകയും വിവാഹം കഴിക്കാൻ ആഗ്ര ഹിക്കുകയും ചെയ്യുന്നതാണ്." മൂക്കുവീർപ്പിച്ചു കൊണ്ട് യ്വെറ്റി പറ ഞ്ഞു.

"പ്രണയിക്കണമെന്നും വിവാഹിതയാവണമെന്നും നിനക്ക് മോഹ മില്ലേ?" ജൂതസ്ത്രീ ചോദിച്ചു.

"ഇല്ല. പ്രണയത്തിൽ പ്രത്യേകിച്ചൊന്നും ചെയ്യാനില്ലെന്നു ഞാൻ കരുതുന്നു. എല്ലാവരും ഓടിക്കയറുന്ന കോഴിക്കുടാണവിടം."

"പ്രണയമെന്താണെന്ന് നിനക്കറിയില്ല." ജൂതസ്ത്രീ ഒച്ചവെച്ചു.

"ഇല്ല. നിനക്കറിയുമോ?" യ്വെറ്റി ചോദിച്ചു.

"ഞാൻ... നിർഭാഗ്യത്തിന് എനിക്കുമറിയില്ല." അവരുടെ ശബ്ദം ഉച്ചത്തിലായി. ദുഃഖത്തോടെ അവർ പൈപ്പ് വലിക്കുന്ന ഈസ്റ്റ് വുഡിനെ നോക്കി. ആശ്ചര്യം മുഖത്തവിടവിടായി തെളിഞ്ഞുനിന്നു. ഏറെ ക്കുറെ നല്ലൊരു തൊലിയാണ് ഈസ്റ്റ് വുഡിന്റേത് എന്നതിനാൽ കാലാ

വസ്ഥ വല്ലാതെ കളിക്കാതെ കുട്ടിത്തം തുളുമ്പി ഈസ്റ്റ് വുഡിന്റെ മുഖം മനോഹരമായി ശോഭിച്ചു. ഒരുപാട് പ്രത്യേകതകളുള്ള മുഖമായിരുന്നു. ഒരു ഹാസ്യാത്മകത അയാളുടെ മുഖംമൂടിയായിട്ടുണ്ടായിരുന്നു.

"പ്രണയമെന്താണെന്നറിയില്ലെന്നാണോ നീ പറയുന്നത്?"

"അല്ല. പ്രണയിക്കില്ലെന്നും എനിക്കുറപ്പില്ല. എന്റെ പ്രായത്തിൽ പ്രണയിക്കാതിരിക്കുന്നത് പ്രയാസമേറിയൊരു കാര്യം തന്നെയാവും."

"ഇതുവരെ ഒരാളും നിനക്ക് വ്യത്യസ്തനായി തോന്നിയിട്ടില്ലേ?" വലിയ കണ്ണുകൾ കൂടുതൽ തുറിപ്പിച്ച് അവൾ ഈസ്റ്റ് വുഡിനെ നോക്കി. അയാളതു ശ്രദ്ധിക്കാതെ പുകച്ചുരുളുകൾ പുറത്തേക്കുവിട്ടു.

"അങ്ങനെയൊരാൾ ഈ പ്രപഞ്ചത്തിലുണ്ടെന്നുതന്നെ എനിക്കു തോന്നുന്നില്ല, ഒരുപക്ഷേ, ഒരുപക്ഷേ ആ ജിപ്സി യുവാവ് ഒഴികെ"- യ്വെറ്റി പറഞ്ഞു.

ആ ജിപ്സിയൊഴിച്ച് ആരോടും തനിക്കങ്ങനെ തോന്നിയിട്ടില്ല. അവൾ നെറ്റിത്തടത്തിൽ വിരലുകൾ വെച്ചമർത്തി.

"ഏത് ജിപ്സി?" ജൂതസ്ത്രീ ചോദിച്ചു.

"മേജർ ഈസ്റ്റ് വുഡിന്റെ റജിമെന്റിൽ ഉണ്ടായിരുന്ന ജിപ്സി." ജൂതസ്ത്രീയുടെ കണ്ണുകൾ വിടർന്നു.

"നീ ആ യുവാവിനെ പ്രണയിക്കുന്നില്ലേ?" സ്ത്രീ ചോദിച്ചു.

"അറിയില്ല. ഈ പ്രപഞ്ചത്തിൽ എനിക്ക് പ്രത്യേകതയുള്ളതായി തോന്നപ്പെടുന്ന ഒരേയൊരാൾ ആ ജിപ്സിയാണ്. ശരിക്കും അയാൾക്ക് ചില പ്രത്യേകതകളുണ്ട്."

"അയാളെങ്ങനെയാണ് നിന്നെ നോക്കിയത്?" ജൂതസ്ത്രീക്ക് അത് അറിയണമെന്നുണ്ട്.

"എന്നെ ശരിക്കും ആഗ്രഹിക്കുന്നതു പോലെ." അവൾ പറഞ്ഞു. അപ്പോഴേക്കും ആ മുഖം ഒരു പൂമൊട്ടുപോലെ കൂമ്പിയിരുന്നു.

"വല്ലാത്തൊരു മനുഷ്യൻ, നിന്റെ കാര്യത്തിലിങ്ങനെ ഇടപെടാൻ അയാൾക്കെന്തധികാരമാണുള്ളത്?"

"ഒരു പൂച്ച രാജാവിനു നേരെയും നോക്കും." ശാന്തനായി മേജർ ഇടപെട്ടു. ഇപ്പോഴയാളുടെ മുഖത്തെചിരി ഒരു പൂച്ചയുടേതുപോലെ യാണ്.

"അയാളങ്ങനെ ചെയ്യരുതായിരുന്നു." യ്വെറ്റി ഇടപെട്ടു.

"തീർച്ചയായും പാടില്ല. അരഡസൻ പെണ്ണുങ്ങൾ പിന്നാലെ നട ക്കുന്നൊരു ജിപ്സി. ഒരിക്കലും പാടില്ല." സ്ത്രീ പറഞ്ഞു.

"ഞാനത്ഭുതത്തിലായിരുന്നു. കാരണം അത് അത്ഭുതകരമായിരി ക്കുന്നു." യ്വെറ്റി പറഞ്ഞു.

"ആഗ്രഹങ്ങളാണ് ജീവിതത്തിൽ ഏറ്റവും അതിശയകരമായത്. അത് മനസിലാക്കുന്നവർ രാജാവാകുന്നു."

"പക്ഷേ, ചാൾസ്" ജൂതസ്ത്രീ കരഞ്ഞു.

"ഹാലിഫാക്സിലെ സാധാരണക്കാരനും ഇതേ തോന്നുകയയുള്ളൂ."

"അതെ. ഇത് വെറും വിശപ്പാണ്." പൈപ്പ് വായിൽനിന്നു പുറത്തെ ടുത്ത് മേജർ പറഞ്ഞു.

"ജിപ്സി ഒരു യാഥാർഥ്യമാണെന്ന് നിങ്ങൾ കരുതുന്നുണ്ടോ?" യ്വെറ്റി ചോദിച്ചു.

മേജർ തോളുയർത്തി.

"അതെനിക്കു പറയാനാവില്ല. ഒരുപക്ഷേ, നീ ഞാനായിരുന്നെങ്കിൽ അറിയുമായിരുന്നു. മറ്റുള്ളവരോടിത് ചോദിക്കേണ്ടിവരുമായിരുന്നില്ല."

"അതെ. പക്ഷേ," യ്വെറ്റി.

"പക്ഷേ, നിങ്ങൾക്കത് ഒരു യാഥാർഥ്യമാക്കാം. അയാളെ വിവാഹം കഴിച്ച് ആ കാരവാനിലേക്കു പോവാം."

"ഞാനങ്ങനെയൊന്ന് പറയില്ല." ചാൾസ് പറഞ്ഞു.

"പ്രണയിക്കാനും എനിക്ക് പറയാനാവില്ല. അവളെന്താണ് സ്വയം കരുതുന്നത്. ഇതൊന്നും പ്രണയമല്ല. ഇത്, വെറും വൃഭിചാരം." അൽപ്പ സമയം ചാൾസ് പുകവലിച്ചു.

"ജിപ്സിയായിരുന്നു ഞങ്ങളുടെ നല്ലൊരു കുതിരക്കാരൻ."

"പക്ഷേ, ന്യൂമോണിയ ബാധിച്ച് മരിച്ചു. മരിച്ചുവെന്ന് ഞാൻ കരു തുന്നു." യ്വെറ്റി പറഞ്ഞു.

"സ്വയം ജീവൻ തളിർപ്പിച്ചെടുത്ത ഒരാളാണ് ഞാൻ." യ്വെറ്റി.

ഇരുപത് മണിക്കൂർ ഞാൻ ആ മഞ്ഞിൽപ്പെട്ടുപോയി. അവർ വന്ന് എന്നെ തോണ്ടിപ്പുറത്തിടുന്നതുവരെ" വാക്കുകൾക്കിടയിൽ തണുപ്പുള്ള ഒരു വിരാമം വന്നപെട്ടു.

"ഭയങ്കരം തന്നെയീ ജീവിതം." യ്വെറ്റി പറഞ്ഞു.

"അപ്രതീക്ഷിതമായാണ് ഞാൻ പുറത്തെടുക്കപ്പെട്ടത്."

"വിധിയുടെ കാരുണ്യം." യ്വെറ്റി പറഞ്ഞു.

അതിനാരും മറുപടി പറഞ്ഞില്ല.

<h1 style="text-align:center">ഏഴ്</h1>

ഈസ്റ്റ് വുഡിനോട് യ്വെറ്റിക്കുണ്ടായിരുന്ന അടുപ്പത്തെക്കുറിച്ച് റെക്ടർ കേട്ടറിഞ്ഞിരുന്നു. ഇതൊന്നും ഡാഡിയുടെ ശ്രദ്ധയിൽപ്പെടാൻ പോവുന്നില്ലെന്നായിരുന്നു യ്വെറ്റിയുടെ കണക്കുകൂട്ടൽ. അതിന്റെ അന ന്തരഫലത്തെക്കുറിച്ച് ഓർത്ത് അവൾക്ക് പരിഭ്രമമടക്കാൻ വയ്യാതായി.

ഇത്തരം വിഷയങ്ങളിൽ റെക്ടർ ഒരു പാരമ്പര്യവാദിയാണ്. സത്യ ത്തിൽ റെക്ടർ ഒരു അവിശ്വാസിയാണ്. അയാൾ സ്വയം വിലയിരുത്തും പോലെ ഒരു അരാജകവാദി. മറ്റുപലരേയും പോലെ ഒരു തികഞ്ഞ അവി ശ്വാസി. ഹാസ്യാത്മകതയും രഹസ്യാത്മകതയും കൂടിക്കുഴഞ്ഞു.

കടുത്ത പാരമ്പര്യവാദവും പേടിയും ചില സമയത്തയാളെ ഉന്മ ത്തനാക്കാറുണ്ട്. അത്തരം സമയങ്ങളിൽ ഒരു നായയെപ്പോലെ അയാൾ പല്ലിരുമ്മിക്കൊണ്ടിരുന്നു.

"വിവാഹം പാതിവേർപെടുത്തിക്കഴിയുന്ന മിസിസ് ഫാസെല്ലും ഈസ്റ്റ് വുഡ്ഡുമാണ് നിന്റെ പുതിയ സുഹൃത്തുക്കളെന്ന് അറിഞ്ഞു." റെക്ടറുടെ പല്ലുകളിലെ വിഷത്തിൽ അവൾക്കു നൊന്തു.

"എനിക്കറിയാം അവരെ, അത്രതന്നെ. തീർച്ചയായും അവർ അങ്ങേയറ്റം നന്മയുള്ളവരാണ്. വരുംമാസങ്ങളിൽ അവർ വിവാഹിതരാവാൻ പോവുന്നു."

അവജ്ഞയുള്ള മുഖത്ത് വെറുപ്പ് നിറച്ച് അയാൾ യ്‌വെറ്റിയെ നോക്കി. എന്നാലും ഉള്ളിലയാൾ ഭയന്നുതുടങ്ങിയിരുന്നു. ജന്മനാ ഒരു ഭീരുവാണ് ആ മനുഷ്യൻ. ഒരു പ്രകൃതിദത്ത അടിമ.

ഇതേകാരണം കൊണ്ട് തന്നെയാണ് സിന്ദിയയ്ക്കു മുന്നിലും അയാൾ ഭയന്നു വിറച്ചുനിന്നത്. ജന്മനായുള്ള സ്വതന്ത്രപ്രകൃതത്തിൽനിന്നും തന്നിലേക്ക് കടന്നുവരാവുന്ന അവഗണനയോടുള്ള ഭയം. യ്‌വെറ്റിക്കും ആരേയും കൂസാത്ത ആ നട്ടെല്ലിന്റെ ഉറപ്പുകിട്ടിയിരിക്കുന്നു. ഒരു ദിവസം അവളും റെക്ടറിനെ അറിയിക്കും. അടിമയുടെ വിരക്തി നിറഞ്ഞ കോളർ അവളും അയാൾക്കു ചുറ്റുമണിയിക്കും.

അവളങ്ങനെ ചെയ്തുകളയുമോ? അങ്ങനെവന്നാൽ അയാൾക്കിതോടെ യുദ്ധമുറകൾ തുടങ്ങേണ്ടതായി വരും. മൂലയിലെ എലിയുടെ ധീരത വന്നിരിക്കുന്നു അവൾക്ക്. അയാൾ പല്ലിളിച്ചു. അതേ അലക്ഷ്യ ഭാവത്തോടെ അവൾ സമ്മതിച്ചു.

"അവരെ ഞാൻ വല്ലാതെ ഇഷ്ടപ്പെടുന്നു അവർ മര്യാദക്കാരാണ്"

"നിന്റെ ഒരു മര്യാദ പഠിക്കൽ." അയാൾ പല്ലിളിച്ചുകൊണ്ടിരുന്നു.

"മറ്റൊരാളുടെ പണംകൊണ്ട് ജീവിക്കാം എന്ന തന്ത്രം മനസിലുള്ളതുകൊണ്ടുമാത്രം ഒരു ചെറുപ്പക്കാരൻ തന്നെക്കാളുമൊരുപാട് പ്രായക്കൂടുതലുള്ള ഒരു സ്ത്രീയോടൊപ്പം താമസിക്കാൻ തീരുമാനമെടുത്തിരിക്കുന്നു. ആ സ്ത്രീക്കാണെങ്കിൽ സ്വന്തം കുട്ടികളെ വേണ്ട കുടുംബം വേണ്ട. മര്യാദ എന്നുപറഞ്ഞത് എന്തിക്കെറിച്ചാണെന്ന് എനിക്കറിയില്ല. നീ അവരുമായി വല്ലാത്ത അടുപ്പത്തിലാണെന്നെനിക്കറിയാം. നീ പറയുന്നത് നിനക്കവരെ അറിയാമെന്നും. നീ എവിടെ വച്ചാണവരെ കണ്ടത്?"

"ഞാൻ സൈക്കിളിൽ പുറത്തുപോയപ്പോൾ എതിരെ കാറിൽ വന്ന അവരെന്നോടു സംസാരിച്ചു. അവരെ കുറിച്ച് എന്നോടവർ പറഞ്ഞു. എനിക്ക് തെറ്റുപറ്റില്ല. അവർക്ക് മര്യാദയുണ്ട്." പാവം യ്‌വെറ്റി. സാഹചര്യം ഒരു പൊട്ടിത്തെറിയിൽ ഉലയ്ക്കാതിരിക്കാൻ അവൾ പാടുപെട്ടു.

"നീയവരെ എത്രതവണ കണ്ടിട്ടുണ്ട്?"

"രണ്ടുതവണ."

"എവിടെവച്ച്?"

സ്കോർസ്ബിയിലുള്ള അവരുടെ കുടിലിൽ വെച്ച്. യ്‌വെറ്റി പറഞ്ഞു. അടുത്തനിമിഷം യ്‌വെറ്റിയുടെ കഥകഴിക്കുമെന്ന നിലയിൽ അയാ ളുവളെ വെറുപ്പോടെ നോക്കി. വേട്ടനായയെ കണ്ടോടിയൊളിക്കുന്ന എലി

യെപ്പോലെ അയാളവളിൽനിന്നകന്ന് ജനൽക്കർട്ടനു പിറകിൽ ചെന്നു നിന്നു. തന്റെ മകളും അദൃശ്യമായ തെറ്റുകളുടെ വഴിക്കാണെന്ന് അയാളുടെ മനസ്സ് പറഞ്ഞു. ഇത്തരം സ്വയം വിലയിരുത്തലുകളിൽപ്പെട്ട് അയാളുടെ ശക്തി ചോരുന്നുണ്ടായിരുന്നു. താനാരോപിച്ച കുറ്റങ്ങൾ ഏറ്റു പറഞ്ഞില്ലെങ്കിലും അതിന്റെ ശക്തിയിൽ തന്റെ മുന്നിൽ പേടിച്ചു നിന്നിരുന്ന പെൺകുട്ടിക്കു മുന്നിൽ അയാൾ കൂർപ്പൻ പല്ലുകൾ കാണിച്ചു.

"അവരെ നിനക്കറിയാം, അത്രയേയുള്ളൂ."

മുഖം പാതിപുഴ്ത്തി കാര്യങ്ങളെ വളച്ചൊടിക്കുന്നതിൽ പ്രാവീണ്യ മുള്ള ഗ്രാനിയുടെ മുഖത്തെക്കുറിച്ചവൾ ഓർത്തുപോയി. അവളുത്തരം പറഞ്ഞില്ല.

"ഈവകയാളുകൾക്കിടയിലേക്ക് നുഴഞ്ഞുകയറത്തക്കവിധം എന്താ ണവിടെയുണ്ടായിരുന്നത്? നിനക്കു പോവാൻ ഈ ലോകത്ത് ഡീസന്റാ യിട്ടാരുമില്ലേ? ഒരു തെണ്ടിപ്പട്ടിയായിട്ടാണ് മറ്റുള്ളവർ നിന്നെ കരുതുക. ഡീസൻസിയില്ലാതെ ദമ്പതിമാർക്കിടയിലേക്ക് ഓടിക്കയറുക!

"ഈ പ്രപഞ്ചത്തിൽ ഡീസൻസിയുള്ള ആരെയും നിനക്കറിയില്ലേ? നിന്റെ ചോരയിൽ നുണപറയലിലും മോശമായി എന്തൊക്കെ വൃത്തി കേടുകളാണ് അലിഞ്ഞു തീർന്നിട്ടുള്ളത്?"

"എന്റെ ചോരയിലുള്ളതിലും മോശപ്പെട്ടതായി വേറെയെന്താണ് എനിക്കു കിട്ടിയിട്ടുള്ളത്?" അവൾ ചോദിച്ചു.

ഒരു ശൈത്യം അവൾക്ക് മുകളിലേക്ക് പടർന്നുകയറിത്തുടങ്ങിയി രുന്നു. അവൾക്ക് സ്വബോധമില്ലേ? പാതി ക്രിമിനൽ മനസുള്ള ഒരു ഭ്രാന്തി യാണോ യ്‌വെറ്റി? തുടുത്തു തരളമായ പക്ഷിമുഖത്തിനു കീഴെയുള്ള കുറ്റവാസനകൾ അവൾ പുറത്തു കാണിച്ചു തുടങ്ങിയിരിക്കുന്നു. അമ്മ സിന്ദിയയെപ്പോലെതന്നെ. യഥാർഥ സിന്ദിയ ആരായിരുന്നു എന്ന ഉൾച്ചോദ്യംതന്നെ അയാളിൽ ഒരു ഭീകരതയുണ്ടാക്കി. തനിക്കവളോടുള്ള പ്രണയംപോലും സത്യത്തിൽ ശാരീരികാഗ്രഹങ്ങൾക്കു വേണ്ടിയുള്ള താണ്. ചെയ്യാൻ പാടില്ലാത്ത തെറ്റ്."

എങ്കിൽ പിന്നെ പിഴച്ച പ്രണയമെന്താണ്?

"നിനക്കെന്തൊക്കെയുണ്ടെന്ന് നന്നായറിയാം നിനക്ക്." അയാൾ പല്ലിറുമ്മി. സമയത്തിന് നല്ല ചികിസ കിട്ടിയില്ലെങ്കിൽ ഇതെല്ലാം ഒരു തരം ഭ്രാന്തൻ കുറ്റവാളിത്തത്തിൽ പോയവസാനിക്കും."

"എന്ത്?" പേടികൊണ്ട് വിളറി വിറച്ച് അവൾ ചോദിച്ചു.

"കുറ്റവാസനയോ? ഞാനെന്തു കുറ്റം ചെയ്തു?"

"അത് നീയും നിന്നെ സൃഷ്ടിച്ചവരും തമ്മിലുള്ള കാര്യമാണ്. ഞാനിതിൽ ഇടപെടില്ല. ചില വാസനകൾ ക്രിമിനൽ പ്രവർത്തികളിൽ ചെന്നവസാനിക്കും. നേരത്തെ അതിന് ചികിത്സ നൽകിയില്ലെങ്കിൽ," റെക്ടർ വിട്ടുകൊടുത്തില്ല.

"ഈസ്റ്റ് വുഡ്ഡിനെ പരിചയപ്പെടുന്നതൊരു ക്രിമിനൽ കുറ്റമാണോ?" അവൾ പേടിച്ചുകൊണ്ടാണത് ചോദിച്ചത്.

"മുൻ മേജർ ഈസ്റ്റ് വുഡ് പണം കൈക്കലാക്കുന്നതിനായി ഒരു വൃദ്ധയോടൊപ്പം ഇറങ്ങിയ പുണ്യാത്മാവാണ്. മിസിസ് ഫാസെൽ എന്ന ജൂതസ്ത്രീയും മോശക്കാരിയല്ല. അത്തരം ആളുകൾക്കിടയിലുരുമ്മി നട ക്കുന്നത് ക്രിമിനൽ കുറ്റം തന്നെയാണ്."

"അങ്ങേയറ്റം ലാളിത്യമുള്ള നേരേവാ നേരേപോ മനുഷ്യനെക്കു റിച്ച് എങ്ങനെയത് പറയാനാവുന്നു?" അവൾ ശബ്ദമുണ്ടാക്കി.

"ശരിയാണ്, നിന്റെ തരക്കാരനൊരുവൻ"

"ശരിയാണ്. ഞാനും അങ്ങനെ കരുതുന്നു. പക്ഷേ, ഡാഡിയും അയാളെ ഇഷ്ടപ്പെടണമെന്ന് ഞാനാഗ്രഹിക്കുന്നു" പറയുന്നതിന്റെ അർഥത്തെക്കുറിച്ചാലോചിക്കാതെ നിഷ്കളങ്കയായി അവൾ പറഞ്ഞു.

റെക്ടർ ഉടനെ കർട്ടനു പിന്നിലേക്കു നിന്നു. ഈ പെൺകുട്ടി തന്നെ ഭീഷണിപ്പെടുത്തിയേക്കുമെന്നായിരുന്നു റെക്ടറുടെ പേടി.

"ഇനിയധികം മിണ്ടാതെ." റെക്ടർ പറഞ്ഞു.

"നീ ആവശ്യത്തിലധികം പറഞ്ഞുകഴിഞ്ഞു. ഇനിയധികം ഭീകരത എനിക്കു പഠിക്കാനാവില്ല."

"എന്ത് ഭീകരത?" അവൾ ചോദിച്ചു.

അവളുടെ വിശാലമായ നിഷ്കളങ്കതയിൽ അയാൾ മറ്റൊരു തവ ണകൂടി ചൂളിപ്പോയി

"ഞാനധികം മിണ്ടുന്നില്ല." അയാൾ ശബ്ദം താഴ്ത്തി അസ്വസ്ഥ തയോടെ പറഞ്ഞു.

"പക്ഷേ, നിന്റെ അമ്മയുടെ വഴിക്കുപോവുന്നതിനു മുമ്പ് ഞാൻ നിന്നെ കൊന്നു കുഴിച്ചുമൂടും."

മഞ്ഞമുഖത്തോടെ കണ്ണുകളിൽ ഒരു എലിയെപ്പോലെ പേടിയും വെറുപ്പും ദേഷ്യവും ചാലിച്ചുവെച്ച് കർട്ടനു പുറംതിരിഞ്ഞുനിന്നുകൊണ്ട് അയാളവളെ നോക്കി. ഒരു തണുത്ത മരവിപ്പ് അവിടമാകെ പരന്നു. യ്വെറ്റിയുടെ നിഘണ്ടുവിൽനിന്ന് പല പതിവുവാക്കുകളും വെട്ടിമാറ്റ പ്പെട്ടു.

മരവിച്ച മൗനത്തിന്റെ പുറന്തോട് ഇളക്കിക്കളയുന്നത് അൽപ്പം ബുദ്ധിമുട്ടുള്ള ജോലിയായിരുന്നു. അവൾ ബുദ്ധിമുട്ടി അയാൾക്കു നേരെ മുഖമുയർത്തി. പിതാവിനോടുള്ള വെറുപ്പ് യ്വെറ്റിയുടെ കണ്ണുകളിൽ വ്യക്തമായിരുന്നു.

"ഈസ്റ്റ് വുഡിനെക്കുറിച്ച് ഇനിയൊന്നുമറിഞ്ഞുപോവരുതെന്നാണോ നിങ്ങളുദ്ദേശിച്ചത്?" അവൾ ചോദിച്ചു.

"നിനക്കാഗ്രഹമുണ്ടെങ്കിൽ അന്വേഷിക്കാം." അയാൾ പല്ലിറുമ്മി. "പക്ഷേ, പിന്നീട് നീ നിന്റെ സിസി അമ്മായിയെയോ മുത്തശ്ശിയെയോ ലൂസില്ലെയെയോ ബന്ധപ്പെടാൻ ശ്രമിക്കേണ്ടതില്ല. എനിക്കവരെ കളങ്ക പ്പെടുത്തേണ്ടതില്ല. വിഷമിപ്പിക്കേണ്ടതില്ല."

ഇതുവരെ കണ്ടതിലും വെച്ച് വിശ്വസ്തയായ ഒരു അമ്മയും ഭാര്യ യുമാണ് നിന്റെ മുത്തശ്ശി. സഹിക്കാനവർക്കിപ്പോൾ തന്നെ ലജ്ജിപ്പി

ക്കുന്ന, അസ്വസ്ഥയാക്കുന്ന ഒരു ഷോക്ക്ട്രീറ്റ്മെന്റ് കൊടുത്തിട്ടുണ്ട്. ഒരി ക്കലും മറ്റൊരു ഞെട്ടിപ്പിക്കലിനെനിക്കാവില്ല തന്നെ.”

“ഞാൻ ചിലത് എഴുതി അയച്ചോട്ടെ. നിങ്ങൾ അതംഗീകരിക്കില്ലെ ന്നുറപ്പാണെങ്കിലും.” അവൾ ചെറിയശബ്ദത്തിൽ പറഞ്ഞു.

“നീ നിന്റെ പണി ചെയ്യ്. പക്ഷേ മുത്തശ്ശിയെപ്പോലെ വാർധക്യ ത്തിൽപ്പോലും കുറ്റങ്ങൾ ഇല്ലാത്ത, വിശ്വസ്തരായ, ശുദ്ധമനുഷ്യർക്കും ശരീരവും മനസും മാലിന്യത്തിൽ കുളിപ്പിച്ചവർക്കുമിടയിലാണ് നിന്റെ തെരഞ്ഞെടുപ്പ്.”

വീണ്ടുമൊരു മൗനം. ഇത്തവണ അവൾ മുഖമുയർത്തിയത് മുമ്പ ത്തെക്കാളും പരിഭ്രമിച്ചിട്ടായിരുന്നു. പക്ഷേ, ഇപ്പോഴും ശാന്തവും കന്യാ കാത്വം തുളുമ്പുന്നതുമായ വിരക്തിയും അവഗണനാഭാവവും അവിടെ തങ്ങിയിട്ടുണ്ടായിരുന്നു.

“ശരി. ഞാൻ എഴുതട്ടെ. നിങ്ങൾക്കതംഗീകരിക്കാതിരിക്കാം.” അയാൾക്കുത്തരമുണ്ടായില്ല. അയാൾ ചെറിയ തോതിൽ പരാജിതനും നിഗൂഢമായി വിജയശ്രീലാളിതനായവനുമായിരുന്നു.

“നീ നിന്റെ ചങ്ങാത്തത്തിൽ തീരുമാനമെടുക്കുന്ന ഈ രഹസ്യം ഒരു പൊതുസ്വത്തായിരിക്കില്ല. മുത്തശ്ശിയെയും സിസി അമ്മായിയെയും ഞാനൊന്നുമറിയിക്കാതിരിക്കാം.” റെക്ടർ പറഞ്ഞു.

വീണ്ടും നിശ്ശബ്ദത കനത്തു.

“ശരി.” അവൾ പറഞ്ഞു.

അവൾ മുറിയിൽ നിന്നിറങ്ങി. ഈസ്റ്റ് വുഡ്ഡിന്റെ പേരിൽ അവളൊരു കത്തെഴുതി.

“പ്രിയപ്പെട്ട ഈസ്റ്റ് വുഡ്,

അങ്ങോട്ടുവന്ന് നിങ്ങളെക്കാണാൻ ഡാഡി അനുവദി ക്കുന്നില്ല. നമ്മുടെ ബന്ധം പൊളിഞ്ഞുപോയാലും അങ്ങതിന്റെ സത്യാ വസ്ഥയറിയണം. ഞാൻ മാപ്പുചോദിക്കുന്നു. അത്രമാത്രം.”

കത്തു പോസ്റ്റുചെയ്തതോടെ ഭീകരമായ ഒരു ശൂന്യതയായിരുന്നു അവളുടെ മനസിൽ. തോന്നലുകൾ സഹിക്കാനാവാതെ ചിന്തകളുടെ ഒരു മൂലയിൽ ഒളിച്ചുകഴിയണമെന്നു തോന്നി യ്വെറ്റിക്ക്. ജിപ്സി, അയാ ളുടെ വിടർന്ന നെഞ്ച്; അൽപ്പസമയത്തേക്കെങ്കിലും ആ കരുത്തൻ കൈകളിൽപ്പിടിച്ച് തന്റെ ഡാഡി നൽകുന്ന ഭയപ്പാടുകൾക്കെതിരെ ഉറ ച്ചുനിൽക്കണമെന്നും, ആ നെഞ്ചിൽ ഉറപ്പോടെ കിടന്ന് ആശ്വസിക്കണ മെന്നും അവൾക്കു തോന്നി.

പേടികൊണ്ട് അവളുടെ ചുമലുകൾ താഴ്ന്നു. യ്വെറ്റിയുടെ ജീവൻ വേദനകൊണ്ട് പിടയുകയും നടക്കാൻ പോലുമാവാതെ ഉള്ളിലേക്ക് ചുളി പ്പോവുകയും ചെയ്തു. ഒരു ക്രിമിനൽ കുറ്റത്തിന്റെ ഓർമയിൽ പിന്നെയും പിന്നെയും ഭയം അവളുടെ ഉപ്പൂറ്റിയിൽ പോറലേൽപ്പിച്ചു. മനുഷ്യത്വ മെന്നു പറയപ്പെടുന്ന ആ ചെളിക്കുഴിയിൽ അവൾ മുട്ടോളം മുങ്ങി. ഓരോ കാഴ്ചയേയും ഭയന്നു.

യ്വെറ്റി പെട്ടെന്നുതന്നെ സാഹചര്യങ്ങളുമായി പൊരുത്തപ്പെടാൻ ശ്രമിച്ചു. അവൾക്ക് ജീവിക്കണമായിരുന്നു. മറ്റുള്ളവരുടെ ഇടയിൽ കല ഹമുണ്ടാക്കാതിരിക്കാനും ജീവിതത്തിൽനിന്ന് ഏറെയൊന്നും പ്രതീക്ഷി ക്കാതിരിക്കാനും അവൾ പഠിച്ചു. ഒരു പ്രക്ഷുബ്ധ യുദ്ധകാലത്തിനൊ ടുവിൽ അവൾ പുതിയ ആശയങ്ങളെ പഠിച്ചെടുക്കാൻ ശ്രമിച്ചു. ഡാഡി അങ്ങനെയാണ്. അയാളെന്നും കാഴ്ചകളോടും കളിക്കും. യ്വെറ്റിക്കും ആ കളി പഠിക്കേണ്ടിയിരിക്കുന്നു. എല്ലാത്തിനുമകത്തായി പാറപോലെ അവളുടെ മനസ്സ് ഉറച്ചുപോവുന്നു. പുറത്തേക്ക് അവൾ പഴയ യ്വെറ്റി തന്നെയായിരുന്നു. അകത്ത് അവൾ ഓരോ ജീവനിൽനിന്നും അറിയാതെ വേർപെട്ടു. എല്ലാം അവളുടെ പുതിയ കളിയുടെ ഭാഗമായിരുന്നു.

റെക്ടറുടെ സൗന്ദര്യത്തിനു കീഴെയുണ്ടായിരുന്ന ബലഹീനത യെയും ശൂന്യതയെയും യ്വെറ്റി വെറുത്തു. അതേസമയം റെക്ടറെ ജീവനായിരുന്നു അവൾക്ക്. എത്രത്തോളം സങ്കീർണമാണ് മനുഷ്യനും അവരുടെ വികാരങ്ങളുടെ ലോകവും. ആത്മാവുതൊട്ട് യ്വെറ്റി വെറു ത്തുകളഞ്ഞ മാതര എന്ന തടിച്ച സ്വരൂപം ഒരു ചുവന്ന ഭീമൻ ഫംഗസ് പോലെ തോന്നിച്ചു, അവൾക്ക്. ആടിക്കളിക്കുന്ന മുഖത്തിനും തടിച്ച ശരീരത്തിനുമിടയിൽ മുങ്ങിപ്പോയ കഴുത്തുകാരണം ഒരു ഇരട്ട ഉരുള ക്കിഴങ്ങുപോലെ തോന്നിച്ച ആ ഉടലിനെ അവൾ വീണ്ടും വീണ്ടും വെറു ത്തു. അവസാനം വെറുക്കലിലും ആനന്ദം കണ്ടെത്തുന്ന അവസ്ഥയി ലേക്ക് അത് വളർന്നു. ഉയർന്നയിനം ഇഴജന്തുക്കളെപ്പോലെ അർധബോ ധാവസ്ഥയിൽ അവൾ മരിക്കാതെ തുടരുമെന്നായിരുന്നു മുത്തശ്ശിയെ സംബന്ധിച്ച അവളുടെയും ഏറ്റവും വലിയ കണ്ടെത്തൽ. ഒരു ക്രിമി നൽ വിഭ്രാന്തിയായി ഡാഡി കണക്കാക്കുമെന്നു കരുതി മാതരിനെയോ ആ വീടിനെയോ കുറിച്ച് മറുത്തൊന്നും പറയാത്ത ശീലം പതിയെ യ്വെറ്റിക്കുണ്ടായി. എല്ലാം വലിയവലിയ തെളിവുകളായി മലച്ചുകിടക്കും. ഭയാനകമായ ഒരു ക്രിമിനൽ വിഭ്രാന്തിക്കുള്ള തെളിവുകൾ.

ഒരുതവണ, ഒരുതവണ മാത്രം കടുത്ത നിരാശയിൽ അവൾ പറ ഞ്ഞു. "പരിപൂർണമായും വൃത്തികെട്ട ഒരു വീടാണിത്. ലൂസി അമ്മാ യി, നെൽ അമ്മായി, ആലീസ് അമ്മായി, കാക്കകളെപ്പോലുള്ള ശബ്ദ ത്തിൽ വീട്ടുമണി അടിച്ച് അവരെല്ലാം വന്നുകേറുന്നു. മുത്തശ്ശിയോടും സിസി അമ്മായിയോടുമൊപ്പം ചെലവഴിക്കുന്നു. പാവാടയുടെ വക്കു പൊക്കി ചൂടുകൊള്ളുന്നു. ലൂസില്ലെയും ഞാനും പുറത്താണ്. ഈ വീട്ടിൽനിന്നു തന്നെ പുറത്ത്."

ഡാഡി അവളെ സൂക്ഷ്മതയോടെ നോക്കി. പെട്ടെന്നുതന്നെ സംസാ രവും നോട്ടവും വേറൊരു രീതിയിലാക്കി അവൾ റെക്ടറെ ചിരിപ്പിച്ചു. പക്ഷേ, അവളുടെ മനസിൽ അവൾ പറഞ്ഞവാക്കുകൾ കിടപ്പുണ്ടെന്ന് റെക്ടർക്ക് ഉറപ്പുണ്ടായിരുന്നു. തന്നെയിട്ടു വച്ചിട്ടുള്ള സേവൽ കുടും ബത്തിലെ കുടുസു ചുമരുകളോട് അസ്വസ്ഥതയോടെ പ്രതിഷേധിക്കൽ മാത്രമാണ് തന്റെ ജീവിതമെന്നവൾക്കു തോന്നി. ചലനങ്ങൾ തടഞ്ഞു

വെച്ചു, തന്റെ ജീവിതം ചവച്ചുതിന്നു തീർത്തുകൊണ്ടിരിക്കുന്ന റെക്ട
റോട് പകരം വയ്ക്കാൻ യ്‌വെറ്റിക്ക് വെറുപ്പുമാത്രമായിരുന്നു ബാക്കി.

ഈസ്റ്റ് വുഡിനെ യ്‌വെറ്റി മറന്നു, ആ ജൂതസ്ത്രീയും അവളുണ്ടാ
ക്കുന്ന വിപ്ലവത്തേയും. ഒരു ഭർത്താവ്, ഒരു അർധ ഉപഭോഗവസ്തു
എന്നതിൽ കവിഞ്ഞൊന്നുമല്ല. പക്ഷേ, കുടുംബം ഭീകരം തന്നെ. ഒരി
ക്കലും നശിക്കാതെ അർധപ്രാണാവസ്ഥയിൽ വൃദ്ധയായൊരു ഫംഗ
സുടലിനു ചുറ്റും നാറിക്കിടക്കും. എങ്ങനെയാണൊരാൾക്കതിനോടിണ
ങ്ങാനാവുക?

ജിപ്സിയെ മറക്കാനെന്തായാലുമവൾക്കായില്ല. ദുഃഖംകൊണ്ട് വിര
സമായിപ്പോയ ജീവിതത്തിൽ ദുഃഖിക്കാനല്ലാതെ മറ്റൊന്നിനുമവൾക്ക്
സമയം തികയാതെ വന്നു. ജിപ്സിയെ ഓർക്കാൻ, മറ്റെന്തെങ്കിലും
ചെയ്യാൻ, കാര്യമായെന്തെങ്കിലും ആലോചിക്കാൻ പോലും.

ജിപ്സി വീണ്ടും രണ്ടുതവണ അങ്ങോട്ടുകയറിവന്നു. ഒരുതവണ
തന്റെ  ജനാലയ്ക്കരികിൽനിന്ന് ജിപ്സിയെ അവൾ നോക്കിനിന്നു.
ജിപ്സിയും അവളെ കണ്ടെങ്കിലും വ്യക്തമായ ഒരു സൂചനപോലും
നൽകുകയുണ്ടായില്ല. താഴേക്കിറങ്ങാൻ കൂട്ടാക്കാതെ തന്റെ വണ്ടിയി
ലേക്ക് സാധനങ്ങൾ തിരികെ വയ്ക്കുന്ന ജിപ്സിയെ അവൾ നോക്കിനി
ന്നു. ഉപരിതല സമൂഹത്തിന്റെ ഉപദ്രവങ്ങൾ സഹിച്ച് യുദ്ധം ചെയ്തു
ജീവിക്കുന്ന ഒരു വർഗത്തിൽനിന്നു കൊരുത്തതായിട്ടു കൂടി അയാൾ
സ്വയം യജമാനത്വം കൈവരിച്ചിരിക്കുന്നു. സ്വന്തം മനഃസാക്ഷിയെ നില
യ്ക്കുനിർത്താൻ കഴിഞ്ഞിരുന്നു.

റെക്ടറിക്കു വെളിയിലെ വെളുത്ത ഗേറ്റിനടുത്ത് ജിപ്സിയുടെ കുതി
രവണ്ടി സാവധാനത്തിലായി. വെളിയിലാരുമുണ്ടായിരുന്നില്ല. നിശ്ശബ്ദ
തയിൽ അയാളവളെ ഉറ്റുനോക്കി. അവളും ജിപ്സിയെക്കണ്ടിട്ടുണ്ടെന്ന്
അയാൾ തിരിച്ചറിഞ്ഞിട്ടുണ്ടായിരുന്നു.

ജിപ്സിയുടെ ചുറ്റികയടി ശബ്ദംപോലെ അവളുടെ ഹൃദയം പടാ
പടാ അടിച്ചു. അയാൾ രഹസ്യമായി പുറത്തുനിന്നതേയുള്ളൂ. ശാന്തമാ
യ, ശബ്ദമേതുമില്ലാതെ ധീരമായ അയാളുടെ വരവ് യ്‌വെറ്റി ഇഷ്ടപ്പെ
ട്ടു. ജിപ്സിയുടെ വികാരങ്ങളുടെ തീവ്രത, മര്യാദ എല്ലാമിഷ്ടപ്പെട്ടു. ഒരു
ജിപ്സിപ്പെണ്ണായി അയാളോടൊപ്പമിറങ്ങിച്ചെല്ലുവാൻ യ്‌വെറ്റിയുടെ മന
സാഗ്രഹിച്ചു.

പക്ഷേ, അവൾ മഹിമയ്ക്കും സമാധാനത്തിനുമിടയിലാണ് ജനിച്ച
ത്. ഒരു റെക്ടർ മകൾക്ക് കിട്ടുന്ന കുടുംബമഹിമയെ യ്‌വെറ്റിക്ക് അവ
ഗണിക്കാനാവുമായിരുന്നില്ല.

"ഇരുപത്തിയാറു വയസാവുംവരെ, വിവാഹിതയാവും വരെ
ഒരാൾക്ക്" അതായിരുന്നു ലുസില്ലെ തത്വശാസ്ത്രം. വയസായവ
രിൽനിന്ന് പഠിച്ചുവെച്ച ഒന്ന്. യ്‌വെറ്റിക്ക് ഇരുപത്തിയൊന്നു വയസായി
രുന്നു. ആ കുതിപ്പിന് ഇനിയും 5 വർഷംകൂടിവേണം. കുതിപ്പ്, ജിപ്സി,
ലിയോ, ജെറിയോ ഒക്കെയാവും തന്നെയന്ന് വിവാഹം കഴിക്കുക. തന്റെ
ബ്രഡും ബട്ടറും കേക്കും തീരുമാനിക്കാൻ ഒരു സ്ത്രീക്കാവണം.

പ്രായത്തിന്റെ മൂപ്പും സൂത്രപ്പണികളും എപ്പോഴും യുവത്വത്തെ അതിക്രമിച്ചുകടന്ന് തീരുമാനമെടുക്കുന്നതുകൊണ്ട് യ്‌വെറ്റിയും തന്റെ വീട്ടിലെ വെറുപ്പിക്കുന്ന കുട്ടിൽ കുടുങ്ങിക്കിടന്നു.

ജിപ്സിയെ രണ്ടാമത്തെ തവണ അവൾ കണ്ടത് അപ്രതീക്ഷിതി മായാണ്. മഴയില്ലാത്ത മാർച്ചിലെ ചുടത്ത് സ്റ്റീൽ കളറുള്ള ആകാശ ത്തിനുമപ്പുറത്തെവിടെനിന്നോ, സ്റ്റീലിൽ പണിയെടുക്കുന്ന മാതിരി സൾഫറിന്റെ രൂക്ഷഗന്ധം വന്നു.

അതും മഞ്ഞുകാലമായിരുന്നു. കോടൊർ ഗേറ്റിലൂടെ യ്‌വെറ്റിയുടെ സൈക്കിൾ നീങ്ങി. ക്വാറികളിലൂടെ കടന്നുപോയപ്പോഴാണ് ഒരു കല്ലിൽ തീർത്ത കുടിലിന്റെ വാതിലിറങ്ങി ജിപ്സി വരുന്നതുകണ്ടത്. കുതിര വണ്ടി റോഡിൽ നിർത്തിയിട്ടിരിക്കുകയായിരുന്നു. കൈയിൽ പതിവു പോലെ ചൂലുകളും ചെമ്പുവസ്തുക്കളും. അവൾ പെട്ടെന്ന് താഴെയിറ ങ്ങി. അയാളുടെ പച്ചജേഴ്‌സിയിലെ മെലിവാർന്ന ശരീരത്തെ വല്ലാതെ സ്നേഹിച്ചുകൊണ്ട് നിശ്ശബ്ദമായ ആ മുഖത്തേക്കവൾ ഉറ്റുനോക്കി. ലോകത്തിലെ മറ്റേതൊന്നിനെ അറിയുന്നതിനേക്കാളും കൂടുതലായി അവളാ ജിപ്സിയെ അറിയുമെന്നവൾക്കു തോന്നി.

"പുതിയ വല്ലതുമുണ്ടാക്കിയിട്ടുണ്ടോ?" അയാളുടെ കൈകളിലേക്കു നോക്കി യ്‌വെറ്റി നിഷ്കളങ്കയായി ചോദിച്ചു.

"ഇല്ല." ജിപ്സി അവളെ പിൻതിരിഞ്ഞുനോക്കി. ആവേശവും വ്യക്ത തയും മങ്ങാത്ത അയാളുടെ ആഗ്രഹങ്ങൾ ആ കണ്ണുകളിൽനിന്ന് മാഞ്ഞു പോയിട്ടുണ്ടായിരുന്നില്ല. പക്ഷേ, ധൈര്യം മങ്ങി വികാരങ്ങൾ വിദൂര ത്തേക്കു മറഞ്ഞുപോയിരുന്നു. അയാൾ യ്‌വെറ്റിയെ വെറുത്തു തുടങ്ങി യതുപോലെ തോന്നിച്ചുകൊണ്ട് കണ്ണുകളിൽനിന്ന് പാറിവീണിരുന്ന തീപ്പൊരിക്കഷ്ണങ്ങൾ അവൾ അയാളുടെ സാമഗ്രികൾ തെരയുന്നത് കണ്ടതോടെ മാഞ്ഞുപോയി.

ഒരു പനമരംകൊത്തി ഓവൽ ഷേപ്പിലുള്ള പാത്രമെടുത്ത് ഇതിന് എത്രരൂപയാണെന്നവൾ അന്വേഷിച്ചു.

"നിനക്കിഷ്ടമുള്ളത് തരൂ" ജിപ്സി പറഞ്ഞു.

അതോടെ അവൾ വീണ്ടും പരിഭ്രമിച്ചുതുടങ്ങി.

"ഞാനതിലുമധികം പ്രതീക്ഷിച്ചു."

"നിനക്കിഷ്ടമുള്ളത് തരൂ." അയാൾ പറഞ്ഞു.

"ഇല്ല, നിങ്ങൾ വിലപറഞ്ഞില്ലെങ്കിൽ എനിക്കിതു വേണ്ട" യ്‌വെറ്റി പറഞ്ഞു.

"ശരി, രണ്ട് ഷില്ലിങ്." അയാൾ പറഞ്ഞു.

"പകുതി ക്രൗണും ഒരുപിടി വെള്ളിത്തുണ്ടുകളും അവളുടെ കൈവ ശമുണ്ടായിരുന്നു. അതിൽനിന്ന് ആറുഹെൻസ് അവളയാൾക്കു കൊടു ത്തു.

"പഴയ ജിപ്സി നിന്നെയൊരിക്കൽ സ്വപ്നം കണ്ടു." ജിജ്ഞാസ യോടെ പരതുന്ന കണ്ണുകൾകൊണ്ട് അയാൾ പറഞ്ഞു.

"അതെയോ? എന്താണ് കണ്ടത്?" അവൾ അത്ഭുതത്തോടെ ശബ്ദി
ച്ചു. മനസില്‍ ധൈര്യം വളര്‍ത്തണമെന്നാണവൾ പറഞ്ഞത്. അല്ലെങ്കില്‍
നിങ്ങള്‍ കളിയില്‍ തോറ്റുപോവും. ഇതായിരുന്നു അവൾ പറഞ്ഞ വാച
കം. "ശരീരംകൊണ്ട് ധീരനാവൂ. ഇല്ലെങ്കില്‍ ഭാഗ്യം നിങ്ങളെ വിട്ടു
പോവും." കൂടെയവൾ ഇതുകൂടി കൂട്ടിച്ചേര്‍ത്തു. "വെള്ളത്തിന്റെ ശബ്ദ
ത്തിനായി കാതോര്‍ക്കൂ." യ്‌വെറ്റി അത്ഭുതപ്പെട്ടു.

"എന്താണതിനര്‍ഥം?" അവൾ ചോദിച്ചു.

"ഞാനുമിതവളോടു ചോദിച്ചു. അവൾക്കുമതറിയില്ല."

"ഒരിക്കല്‍ക്കൂടി പറയൂ." യ്‌വെറ്റി ചോദിച്ചു.

ജിപ്സി പറഞ്ഞു "ശരീരംകൊണ്ട് ധീരയാവൂ. ഇല്ലെങ്കില്‍ ഭാഗ്യം
നിങ്ങളെ വിട്ടുപോവും, വെള്ളത്തിന്റെ ശബ്ദത്തിനായി കാതോര്‍ക്കൂ."

അയാള്‍ നിശ്ശബ്ദനായി അവളുടെ മൃദുവായ മുഖത്തേക്കുനോക്കി.
അവളുടെ നെഞ്ചില്‍നിന്ന് പെര്‍ഫ്യൂമുപോലെ എന്തോ ഒന്ന് തന്നിലേ
ക്കൊഴുകിവരുംപോലെ ജിപ്സിക്കു തോന്നി.

"എന്റെ ശരീരത്തില്‍ ഞാന്‍ ധീരയാവും. വെള്ളത്തിന്റെ ശബ്ദത്തി
നായി കാതോര്‍ക്കുകയും ചെയ്യും. എനിക്കതിന്റെ അര്‍ഥം പിടികിട്ടിയില്ല.
എങ്കിലും ഞാന്‍ ശ്രമിക്കാം." അവൾ പറഞ്ഞു.

അവൾ വ്യക്തമായ കണ്ണുകളോടെ അയാളെ നോക്കി. സ്ത്രീകളും
പുരുഷന്മാരുമെല്ലാം എത്രയെത്ര വ്യക്തിത്വങ്ങള്‍ ഉള്ളില്‍ വയ്ക്കുന്നവ
രാണ്. ഒരു മുഖംകൊണ്ട് അവൾ ജിപ്സിയെ ഇഷ്ടപ്പെട്ടു. മറ്റൊന്നു
കൊണ്ട് അവഗണിക്കുകയും അതൃപ്തി കാണിക്കുകയും ചെയ്തു.

"ഇനി നീ ഒരിക്കലും അങ്ങോട്ടുവരില്ലേ?" അയാള്‍ ചോദിച്ചു.

"ഒരുപക്ഷേ, ചിലപ്പോള്‍, ചിലപ്പോള്‍."

"വസന്തം വന്നു. ഞങ്ങളുടനെ ക്യാമ്പ് തുറക്കാന്‍ പോവുകയാണ്."
ജിപ്സി പറഞ്ഞു.

"എപ്പോള്‍?"

"ഒരുപക്ഷേ, അടുത്തയാഴ്ച"

"എവിടെ?"

"ഒരുപക്ഷേ, വടക്ക് കുറെ മുകളിലായി."

"ശരി ഒരുപക്ഷേ, നിങ്ങള്‍ തിരിക്കുന്നതിനു മുന്‍പ് ഞാനവിടെ
വരാം. സന്ദേശമറിയിച്ച നിങ്ങളുടെ ഭാര്യയോടും വൃദ്ധയോടും അന്വേ
ഷണമറിയിക്കൂ." അവൾ പറഞ്ഞു.


# എട്ട്


യ്‌വെറ്റി വാക്കുപാലിച്ചതേയില്ല. മാര്‍ച്ചിലെ മനോഹരമായ ദിവസ
ങ്ങള്‍ ഒരുപാട് കഴിഞ്ഞു. പക്ഷേ, എന്തെങ്കിലും ചെയ്യുന്നതിനുമുമ്പ്, ഒരു
നീക്കം നടത്തുംമുന്‍പ് അവളൊരുപാട് ശ്രദ്ധിച്ചു. അവളുടെ ജീവിതം

കളിക്കാൻ അവൾക്കു താൽപ്പര്യമില്ലാത്തതുപോലെ. ആ കളിക്കായി അവളാരെയോ തിരഞ്ഞു.

പതിവുപോലെ യ്വെറ്റി സുഹൃത്തുക്കളെ കണ്ടു. പാർട്ടികളിൽ കറ ങ്ങിനടന്നു. ലിയോയുമൊത്ത് നൃത്തംവെച്ചു. മേലെ മുകളിലേക്കു കയറി ആ ജിപ്സികളോട് യാത്ര പറയണമെന്നുണ്ടായിരുന്നു, യ്വെറ്റിക്ക്.

ഒരു വെള്ളിയാഴ്ച ഉച്ചയ്ക്ക് അവളവിടേക്കു പോവാനുറപ്പിച്ചു. നല്ല വെളിച്ചമുള്ള ദിവസമായിരുന്നു. ആർച്ചിനടുത്തുവരെ നിറഞ്ഞ് പാപ്പിൾ നദി കുതിച്ചൊഴുകുകയായിരുന്നു. മെസിറിയോൺ മരത്തിന്റെ സുഗന്ധം അവിടമാകെ നിറഞ്ഞുനിന്നു.

അവൾക്ക് വല്ലാത്തൊരു അലസത തോന്നിത്തുടങ്ങി. പൂന്തോട്ട ത്തിൽനിന്ന് സ്വപ്നസുന്ദരമായ ആ വെള്ളൊഴുക്കിലേക്ക് അവൾ നോക്കി നിന്നു. വസന്തത്തിലെ വെയിലുണർന്നാൽ യ്വെറ്റിയും ഉണർന്നു പുറ ത്തെത്തുന്നതാണ് എപ്പോഴത്തെയും പതിവ്.

അകത്ത് തന്റെ തടിച്ച ശരീരത്തിൽ വെളുത്ത തൊലിയുറപ്പിച്ച് പതി വുപോലെ തീ കാഞ്ഞുകൊണ്ട് മാതർ നെൽ അമ്മായി പറയുന്നത് കേൾക്കുകയായിരുന്നു. ഉച്ചഭക്ഷണം കഴിച്ച് ചായയ്ക്കു മുൻപായാണ് അവരെപ്പോഴുമവിടെ വന്നുകൊണ്ടിരുന്നത്.

ആ വലിയ അമ്മയും വലിയ മകളും തീക്കുണ്ഡത്തിനടുത്തിരുന്ന് നുണക്കഥകൾ പറഞ്ഞുകൊണ്ടിരിക്കെ സിസി അമ്മായി പലതവണ അകത്തേക്കും പുറത്തേക്കുമായി കയറിയിറങ്ങി കൊണ്ടിരുന്നു. നെൽ അമ്മായി നാൽപ്പതുവയസുള്ള ഒരു വിധവയായിരുന്നു. വെള്ളിയാഴ്ച റെക്ടർ പട്ടണത്തിൽ പോവുന്ന ദിവസമാണ്. വേലക്കാരിക്കും ഉച്ചകഴി ഞ്ഞാൽ അവധികൊടുക്കുന്ന ദിവസം.

യ്വെറ്റി തോട്ടത്തിലിരുന്നു. പുഴയിൽ വെള്ളം വല്ലാതെ കുത്തിയൊ ലിക്കുന്നുണ്ടായിരുന്നു. ചുറ്റിലും പച്ചപ്പ്. യ്വെറ്റിക്ക് നേരത്തെതന്നെ ചായ ആവശ്യമുണ്ടോ എന്ന് പോർച്ചിനു മുകളിലെത്തി നോക്കി സിസി അമ്മായി ചോദിച്ചു. വെള്ളത്തിന്റെ ശബ്ദം കാരണം സിസി അമ്മായി യുടെ ശബ്ദം അവൾക്ക് വ്യക്തമായി കേൾക്കാനായില്ല. എന്നാലുമവ ളത് ഊഹിച്ചു. കൈയിളക്കിക്കാണിച്ചു.

അവൾക്ക് ജിപ്സിയുടെ ഓർമ അറിയാതെ വന്നുകൊണ്ടിരുന്നു. മനസ്സ് പാതിവേദനിക്കുകയാണ്. പാതി ഇവിടം വിടാനാഗ്രഹിക്കുകയും ചെയ്യുന്നു. അവൾ പലതും സ്വപ്നം കണ്ട് ഇതിൽനിന്ന് വിടുതൽ നേടാ നാഗ്രഹിക്കുന്നു.

ഫ്രെംലിയുടെ വീട്ടിൽ പോയി താമസിക്കണമെന്നു കരുതും. ചില ദിവസങ്ങൾ ഈസ്റ്റ് വുഡ്ഡിനൊപ്പമാണ്. ഇന്ന്, ഇന്നാണെങ്കിൽ ജിപ്സി യോടൊപ്പം. ക്വാറി, ചുറ്റികകൊണ്ട് ആഞ്ഞാഞ്ഞടിക്കുന്ന ജിപ്സി, കുതി രത്താവളവും ഓടിക്കളിക്കുന്ന കുട്ടികളും വൃദ്ധ ജിപ്സിയും, ഇടയ്ക്ക് സാധനങ്ങളുമായി കുതിരവണ്ടിയിൽ കയറിവരുന്ന ജിപ്സിയുവാവ്.

അന്നു വൈകുന്നേരം തന്റെയിടം ആ ജിപ്സികളുടെ താവളം തന്നെ യാവണമെന്ന് അവൾ വല്ലാതെ ആഗ്രഹിച്ചു.

അവ്യക്തമായി അവൾ മുകളിലേക്കു കയറുന്ന റോഡിലേക്ക് നോക്കി. മരങ്ങൾക്കു കീഴെ റോഡ് അവ്യക്തമായിരുന്നു. അവിടെ ആരും, ഒന്നും ഉണ്ടായിരുന്നില്ല. താഴെമുതൽ മുകളറ്റംവരെ യ്വെറ്റിയുടെ കണ്ണു കൾ പരതി. മലയടിവാരത്തിനു താഴെ ചെറിയകല്ലുകളെ കശക്കിയെറി ഞ്ഞുകൊണ്ട് പുഴ ശക്തിയോടെ ഒഴുകുന്നുണ്ടായിരുന്നു. വെളുത്ത് ചെളി നിറഞ്ഞ് പാലത്തിനു മുകളറ്റം വരെയെത്തി പതിവില്ലാതെ പുഴ നിറഞ്ഞു കവിഞ്ഞു. "ആ വെള്ളത്തിന്റെ ശബ്ദത്തിനുവേണ്ടി കാതോർക്കൂ" യ്വെറ്റി സ്വയം പറഞ്ഞു. അത് ശബ്ദമല്ല, വെറും ഒച്ചയാണെങ്കിൽ പിന്നെയെന്തിന്?

പുഴ ദേഷ്യത്തോടെ പുളഞ്ഞൊഴുകുന്നത് യ്വെറ്റി വീണ്ടും കണ്ടു നിന്നു. അടുത്തായി പഴങ്ങൾ നിറഞ്ഞു കിടക്കുന്ന മരങ്ങൾ, പച്ചക്ക റിത്തോട്ടം, തെക്കും പടിഞ്ഞാറുമുള്ള പ്രകൃതിമുഴുവൻ സൂര്യനു കാഴ്ച യൊരുക്കി കാത്തിരിപ്പാണ്. ലാർച്ച് മരത്തിനു ചേർന്ന പച്ചക്കറിത്തോട്ട ത്തിൽ പണിയെടുക്കുകയായിരുന്നു തോട്ടക്കാരൻ.

അവളൊരു വിളികേട്ടു. സിസി അമ്മായി. കൂടെ നെൽ അമ്മായിയും ഉണ്ടായിരുന്നു. യ്വെറ്റിക്കു നേരെ കൈവീശിക്കാണിച്ചപ്പോൾ യ്വെറ്റിയും കൈകാണിച്ചു. വെള്ളത്തിന്റെ ശബ്ദം ഗൗനിച്ചുകൊണ്ട് സിസി അമ്മായി പറഞ്ഞു.

"ഞാൻ വൈകില്ല, മാതര് തനിച്ചേയുള്ളൂ എന്ന് മറന്നിട്ടില്ല."

"ശരി." യ്വെറ്റിയും വലിയ ശബ്ദത്തിൽ അലറി.

യ്വെറ്റി ബഞ്ചിലിരുന്നു. നീളൻ കോട്ടണിഞ്ഞ് രണ്ടുപേർ പാല ത്തിനു മുകളിലൂടെ നടന്നുപോവുന്നു. നെൽ അമ്മായിയും സിസിയും. നെൽ അമ്മായി മുത്തശ്ശിക്കുവേണ്ടി സ്യൂട്ട്കേസിൽ ചിലത് കൊണ്ടുവ ന്നിരുന്നു. തിരികെ റെക്ടറുടെ പച്ചക്കറിത്തോട്ടത്തിൽനിന്ന് ചിലത് കൊണ്ടുപോവും.

കഷ്ടം, സൂര്യനസ്തമിച്ചു തുടങ്ങിയിരുന്നു.

കഷ്ടം, ഒരു പ്രകാശമുള്ള ദിവസം അവസാനിക്കുന്നു. വീണ്ടും തനിക്കാ മടുപ്പിക്കുന്ന അകത്തളത്തിലേക്ക്, മരവിപ്പിക്കുന്ന മുറികളി ലേക്ക് പോവേണ്ടിയിരിക്കുന്നു.

സിസിഅമ്മായി വീട്ടിൽ തിരിച്ചെത്തിക്കൊണ്ടിരിക്കുന്നുണ്ടാവും. സമയം അഞ്ചു മണി കഴിഞ്ഞിരിക്കുന്നു. കൂടുതൽ അസ്വസ്ഥരും ക്ഷീണിതരുമായി മറ്റുള്ളവരെല്ലാം വീട്ടിലെത്തുന്നതിന് ആറു മണികഴി യണം.

ചുറ്റും നോക്കിയപ്പോൾ, വെള്ളമൊഴുകുന്നതിനു മുകളിലൂടെ മര ച്ചോടിനു താഴെ മറഞ്ഞിരിക്കുന്ന റോഡിന്റെ ഭാഗത്തായി ഒരു കുതിരവ ണ്ടിയുടെ നേരിയ ശബ്ദം കേൾക്കുന്നു. തോട്ടക്കാരനും അതു നോക്കി നിൽക്കുന്നുണ്ട്. നിറഞ്ഞൊഴുകുന്ന നദിയിലേക്കൊന്നുകൂടി നോക്കി

യ്വെറ്റി തിരിഞ്ഞുനടന്നു. പോവാൻ മനസനുവദിച്ചില്ലെങ്കിലും സിസി അമ്മായിയുടെ വരവിനെക്കാത്ത് അവൾ അകത്ത് പോവാമെന്നുറച്ചു.

ആരോ ഒച്ചവയ്ക്കുന്ന ശബ്ദംകേട്ടു. തോട്ടക്കാരനും ഓടിച്ചെല്ലുന്നു ണ്ടായിരുന്നു. അപ്പോഴേക്കും ഒരു വല്ലാത്ത അലർച്ചയോടെ പല്ലുകടിച്ചു കൊണ്ട് ജിപ്സിയുടെ കുതിരവണ്ടി അടുത്തെത്തിയിരുന്നു. ജിപ്സി എന്തൊക്കെയോ ആംഗ്യം കാണിക്കാൻ തുടങ്ങി. അവൾ ചുറ്റിലും നോക്കി.

ആശ്ചര്യവും ഭീകരതയും മനസിൽ നിറഞ്ഞുതീരും മുൻപ് ഒരു നിര സിംഹങ്ങളുടെ കുതിച്ചുചാട്ടം പോലെ അകലെ പാപ്പിൾവിക് ഇര മ്പൽ ശബ്ദത്തോടെ ഓടിക്കയറി വരുന്നു. അവൾ ആശ്ചര്യംകൊണ്ടും ദൗർബല്യംകൊണ്ടും അന്തംവിട്ടു.

രണ്ടാമതു ചിന്തിക്കുന്നതിനു മുൻപുതന്നെ അത് അടുത്തെത്തിയി രുന്നു. അലറുന്ന ഒരു വെള്ളചാട്ടം. അവൾ ഭയന്നുവിറച്ചിരുന്നു. ജിപ്സി യുടെ അലർച്ചകേട്ട് തിരിഞ്ഞു നോക്കിയപ്പോഴക്കും യ്വെറ്റിയുടെ കൈക ളിൽ പിടിച്ച് അയാൾ ഓടാനാവശ്യപ്പെട്ടു.

അടുത്തനിമിഷം വല്ലാത്തൊരു ശബ്ദത്തിൽ കാലടികളെ കഴുകി ക്കൊണ്ട് വെള്ളം ഒഴുകിയെത്തി. ഭയാനകമായൊരു വെള്ളപ്പാച്ചിൽ.

ജിപ്സി അവളെ വലിച്ചിഴച്ചുകൊണ്ട്, പിടിച്ചുവലിച്ചുകൊണ്ട് വീടിനുനേരെ ഓടി. ആ വെള്ളപ്പാച്ചിൽ തന്റെയുള്ളിലാണ് നടക്കുന്ന തെന്നപോലെ യ്വെറ്റിക്ക് പാതിബോധം മാത്രമേ ഉണ്ടായിരുന്നുള്ളു.

വീടിനു ചുറ്റും വൃത്താകൃതിയിലുള്ള വഴിയോടു ചേർന്നുണ്ടാക്കിയ പൂന്തോട്ടത്തിനു ചെറിയ ടെറസുണ്ടായിരുന്നു. ജിപ്സി യ്വെറ്റിയേയും വലിച്ചിഴച്ച് ആ ടെറസിലേക്കു വലിഞ്ഞുകയറി. കാർപ്പോർച്ചിൽനിന്നുള്ള സ്റ്റെപ്പിനു മുകളിലെത്താനായിരുന്നു അവരുടെ ശ്രമം.

അവിടെയെത്തുന്നതിനു മുൻപു തന്നെ മരങ്ങളെപ്പോലും ചുഴറ്റി യെറിയാവുന്ന ശക്തിയിൽ ഒലിച്ചുവന്ന വലിയ കുത്തൊഴുക്കിൽ അവർ രണ്ടുപേരും താഴേക്കൊഴുകിപ്പോയി.

ഒരു ഐസ് വെള്ളം കറക്കുന്ന മില്ലിൽപ്പെട്ടതുപോലെ യ്വെറ്റിക്കു തോന്നി. പെട്ടെന്നൊരു കുത്തൊഴുക്കിൽ ശക്തിയായി കറങ്ങി കുത്തനെ ഒഴുകിപ്പോവുക. ആകെയുള്ള ധൈര്യം തന്റെ കൈകളിലമർത്തിപ്പിടി ച്ചിരുന്ന ജിപ്സിയുടെ കൈയായിരുന്നു. രണ്ടുപേരും താഴേക്കുതാഴേക്കു പൊയ്ക്കൊണ്ടിരിക്കുകയായിരുന്നു.

അടുത്തുള്ളൊരു മരത്തിനുമേൽ അള്ളിപ്പിടിച്ചരിക്കുകയായിരുന്നു ജിപ്സി. അതിനുമുൻവശത്തുണ്ടായിരുന്ന ചുമർ ഇടിഞ്ഞൊലിച്ചു പോയി രുന്നു. അയാൾ അവിടെ അള്ളിപ്പിടിച്ചിരുന്ന് യ്വെറ്റിയെ പിടിച്ചുവലിച്ചു കൊണ്ടിരുന്നു. അവളുടെ കൈസ്ഥാനം തെറ്റുമെന്ന തോന്നലുണ്ടാക്കി ക്കൊണ്ട് ജിപ്സി അത് തുടർന്നുകൊണ്ടിരുന്നു. പക്ഷേ, യ്വെറ്റിയുടെ കാലുകൾക്ക് നിലകിട്ടിയില്ല. നിശ്ചലതയുമായി അവളെ ബന്ധിപ്പിച്ചിരു ന്നത് സ്വന്തം കൈത്തണ്ടയിൽ മുറുകിയ ജിപ്സിയുടെ കൈപ്പിടിത്തം

മാത്രമായിരുന്നു. അവളുടെ ഒരു കാലിലെങ്കിലും പിടിക്കാനാവുന്നതു വരെ ജിപ്സി അവളെ വലിച്ചിഴച്ച് തന്നിലേക്കടുപ്പിച്ചുകൊണ്ടിരുന്നു. പക്ഷേ, അടുത്തെത്തിയപ്പോഴേക്കും വീണ്ടുമൊരൊഴുക്കിൽ അയാൾ അകന്നുപോയി. ഒരു കുറ്റിച്ചെടിയിൽ ബലമായി പിടിച്ചുനിന്ന് വീണ്ടും അയാൾ അവളെ പിടിച്ച് തന്നിലേക്കടുപ്പിക്കാൻ ശ്രമിച്ചു. ഭീതിയോടെ യ്വെറ്റി ജിപ്സിയെ അമർത്തിപ്പിടിച്ചു. മരത്തിന്റെ ചില്ലയിൽ തൂങ്ങിപ്പിടിച്ച് രണ്ടായിപ്പിരിയുന്ന ഒറ്റമനുഷ്യനെപ്പോലെ രണ്ടുപേരും അവിടെ തൂങ്ങിനിന്നു. വെള്ളം യ്വെറ്റിയുടെ തുടയ്ക്കു മുകളിലെത്തിയിരുന്നു. അതിഭയങ്കരമായ ഭീതിയോടെ അവർ പരസ്പരംനോക്കി.

"സ്റ്റെപ്പിലേക്ക് കയറിനിൽക്കൂ." ജിപ്സി ഉറക്കെപ്പറഞ്ഞു.

പക്ഷേ, യ്വെറ്റിക്ക് അതിനാവുമായിരുന്നില്ല. ഒരു കടുവയെപ്പോലെ തിളങ്ങുന്ന കണ്ണുകളോടെ ജിപ്സി യ്വെറ്റിയെ തന്നിൽനിന്നും വലിച്ചു തള്ളിമാറ്റി. അവൾ ചുവരിൽ അള്ളിപ്പിടിച്ചുനിന്നു. ഒഴുകിയും ഒലിച്ചും അവളവസാനം കാർപ്പോർച്ചിന്റെ പടിയിൽ തട്ടിനിന്നു. പിറകെ ജിപ്സി യുമുണ്ടായിരുന്നു.

അവർ പടിയിൽ കയറിയെത്തുന്നതിനു മുൻപേ ഒരലർച്ചയോടെ വീടിന്റെ ചുമർ കുലുങ്ങി. വീണ്ടും വെള്ളം കാലിനുചുറ്റും പരന്നുതുട ങ്ങിയതോടെ ജിപ്സി ഹാളിലേക്കുള്ള വാതിൽ തുറന്നു. അപ്പോഴാണ് ഭക്ഷണമുറിയുടെ വാതിൽ കടന്ന് മാതറിന്റെ ശരീരം ഹാളിലേക്കു ഒഴു കിയെത്തുന്ന കാഴ്ച അവർ കണ്ടത്. കൈകൾ മേലേക്കുയർത്തി നിർ ത്തി ഏതോ ഒരു അലർച്ചയിൽ വായ് പൊളിച്ചുവച്ച്. ഒരുപക്ഷേ, ആദ്യത്തെ കുഞ്ഞൊഴുക്കുതന്നെ ഉലച്ചുകളഞ്ഞു മാതർ.

യ്വെറ്റിക്ക് ഒന്നും കാണാനാവുമായിരുന്നില്ല, ഒന്നും. അബോധാവ സ്ഥയിൽ പിറകിലെ പടിക്കെട്ടുകൾ മാത്രം അവൾ തടഞ്ഞെടുത്തു. ഒരു നനഞ്ഞപൂച്ചയെപ്പോലെ അവളതിലൂടെ വേച്ചുകയറിത്തുടങ്ങി. വിറച്ചു കൊണ്ട് വേച്ചുവേച്ചു കയറുന്നതിനിടയിൽ തൊപ്പിയില്ലാത്ത നനഞ്ഞ കറുത്തമുടിയും നിർത്താത്ത ചുമയുമായി ജിപ്സി പടിക്കെട്ടിൽനിന്ന് അവളെ നോക്കുന്നുണ്ടായിരുന്നു. താഴെ മാതറിന്റെ മുഖം പൊങ്ങുകയും താഴുകയും ചെയ്തുകൊണ്ടിരുന്നു. അവരുടെ മങ്ങിയ കണ്ണുകൾ, പർപ്പിൾ നിറത്തിലുള്ള മുഖം, തുറന്നുവെച്ച വായ്, പിന്നെ അവസാനം ആ വിവാഹമോതിരവും. യ്വെറ്റി കാണെക്കാണെ അബോധാവസ്ഥയി ലേക്ക് തന്നെ വഴുതിക്കൊണ്ടിരുന്നു. തുടർച്ചയായി ചുമച്ചുകൊണ്ടിരുന്ന ജിപ്സി മുടി പിറകിലേക്കിട്ടുകൊണ്ട് താഴെയുള്ള ഭീകരത നോക്കിപ്പറ ഞ്ഞു.

"ഒന്നും ശരിയല്ല, ഒന്നും ശരിയല്ല."

പെട്ടെന്ന് ഇടിമുഴക്കം പോലെ, പൊട്ടിത്തെറിപോലെ, വിണ്ടുകീറും പോലെ എന്തൊക്കെയോ ശബ്ദങ്ങൾ വീടിനെ ആടിയുലച്ചു. കടലു പോലെ വല്ലാത്തൊരു വെള്ളത്തള്ളിച്ച മുകളിലേക്കുയർന്നു. കാഴ്ചയിൽ

നിന്നോരോന്നായി മറഞ്ഞു. കാണാൻ കഴിഞ്ഞതൊക്കെ മറഞ്ഞു. ഇപ്പോൾ കാണാനാവുന്നത് നിറഞ്ഞൊഴുകുന്ന വെള്ളം മാത്രം.

യ്വെറ്റി ഒരു നനഞ്ഞ പൂച്ചക്കുട്ടിയെപ്പോലെ, അർധബോധാവസ്ഥ യിൽ മുകളിലെ നിലയിലേക്ക് ചാടിക്കയറിപ്പോയി. പൊട്ടിച്ചിതറലിന്റെയും ഉടഞ്ഞുപോവുന്നതിന്റെയും ശബ്ദവും വീടിന്റെ ആടിയുലച്ചിലും കൊണ്ട് ഭയന്നുവിറച്ചുപോയ യ്വെറ്റി അവളുടെ മുറിക്കു വെളിയിൽ മലക്കം വന്ന തുപോലെ നിന്നു.

"ഈ വീട് ഒലിച്ചുപോവാൻ പോവുന്നു." യ്വെറ്റിയുടെ മുഖത്തു നോക്കി വിളറിയ മുഖത്തോടെ ജിപ്സി ഒച്ചയുണ്ടാക്കി.

അയാൾ അവളുടെ അതിശയം നിറഞ്ഞ മുഖത്തേക്കു നോക്കി.

"ചിമ്മിനിയെവിടെ? പിറകുവശത്തെ ചിമ്മിനി? ചിമ്മിനി അവശേ ഷിച്ചേക്കും." അയാൾ കണ്ണുകളിൽ വന്യതോടെ അവളുടെ മുഖത്തു നോക്കി. ചുറ്റുംനടക്കുന്നത് മനസിലാക്കാൻ ശ്രമിക്കാൻ അവളോടാവ ശ്യപ്പെടുന്ന ആ കണ്ണുകൾ മറ്റെവിടെയോ ഉറപ്പിച്ച് വല്ലാത്തൊരു ശബ്ദ ത്തിൽ ജിപ്സി പറഞ്ഞു–

"ഇവിടെ പ്രശ്നമൊന്നുമില്ല, ഇവിടെ പ്രശ്നമൊന്നുമില്ല."

ഒരു ചെറിയ വിറകടുപ്പുണ്ടായിരുന്ന അവളുടെ മുറിയിലേക്ക് യ്വെറ്റിയും ജിപ്സിയും കടന്നുചെന്നു. വലിയ ചിമ്മിനിക്കിരുവശവുമായി പിടിപ്പിച്ച രണ്ടു ജനാലകളോടുകൂടിയ ചെറിയൊരു മുറിയായിരുന്നു അത്. ഓരോ അടിയിലും വേച്ചുകൊണ്ടും നിർത്താതെ കുരച്ചുകൊണ്ടും ജിപ്സി പുറത്തെ ഭയാനകതയറിയാൻ ജനലരികിലേക്ക് നടന്നുചെന്നു.

ജിപ്സി നിർത്താതെ ചുമച്ചുകൊണ്ട് മരവിപ്പോടെ താഴേക്ക് നോക്കി. പത്തടിയോളം ഉയരത്തിൽ പൊങ്ങിയെത്തിയിരുന്ന വെള്ളക്കയത്തിൽ മരത്തലപ്പുകൾ ഞാന്നുകിടന്നിരുന്നു. വീടിനും ചെങ്കുത്തായ മലയ്ക്കു മിടയിൽ റോവറുടെ ഗ്രീൻ ഡോഗ് നെൽ ഉൾപ്പെടെ ഒരുപാട് വസ്തുവ കകളും മാലിന്യങ്ങളും കുത്തിപ്പതച്ചുകൊണ്ട് വെള്ളമൊഴുകിക്കൊണ്ടി രുന്നു. ഒരു മരത്തിനു പിറകെ മറ്റൊന്നായി വെള്ളത്തിൽ വീണ് ഒഴുകിക്കൊണ്ടിരുന്നു.

വിറച്ചുകൊണ്ട് നനഞ്ഞു കുതിർന്ന നെഞ്ചിൽ നനവുള്ള കൈകൾ കൊണ്ടമർത്തി മുഖത്തേക്കൊന്നെത്തിനോക്കി അയാൾ യ്വെറ്റിക്കു നേരെ തിരിച്ചു. ഉടനെ ഭയാനകമായ ഒരു പൊട്ടിത്തെറി ശബ്ദം ആ വീടിനെ ഉലച്ചു. അതോടെ വീടിനുള്ളിലേക്ക് വെള്ളം കുത്തിയൊലിച്ച് ഓടിവരാൻ തുടങ്ങി. എന്തൊക്കെയോ ചിലത്, വീടിന്റെ ചില ഭാഗങ്ങൾ എല്ലാം താഴേക്കൊലിച്ചുപോയി. തറമുഴുവൻ വെള്ളത്തിലായിരുന്നു, രണ്ടുപേരും വല്ലാതെ ഭയക്കുകയും സ്തബ്ധരാവുകയും ചെയ്യുന്നു. ഉടനെ സ്ഥലകാല ബോധത്തിലേക്കുണർന്ന് ജിപ്സി പറഞ്ഞു.

"ഓ, ഒന്നും ശരിയല്ല, ഇവിടം ബാക്കിയാവും, കുഴപ്പമൊന്നുമില്ലാ തെ. ആ ചിമ്മിനി കണ്ടോ, ഒരു ടവറുപോലെ. ഇവിടം ബാക്കിയാവും. നീ പോയി വസ്ത്രം മാറ്റി ബെഡിൽ കിടക്കൂ. തണുപ്പുകൊണ്ട് നീയി പ്പോൾ മരിച്ചുപോവും."

ഇല്ല. ഇവിടെ പ്രശ്നമൊന്നുമില്ല, എന്നാവർത്തിച്ചുകൊണ്ട് കസേര യിലിരുന്ന് ആ വെളുത്ത നിഷ്കളങ്കമായ മുഖം അയാളെ ഉറ്റുനോക്കി.

ചുമച്ചും വിറച്ചും നനഞ്ഞൊ ട്ടിക്കിടന്ന അയാളുടെ ജേഴ്സി ഊരാൻ ജിപ്സി കിണഞ്ഞു ശ്രമിച്ചുകൊണ്ടിരുന്നു. എന്നാൽ നനവു കാരണം അത് ആ ഉടലിൽ കുടുങ്ങിക്കിടക്കുകയായിരുന്നു.

"സഹായിക്കൂ" അയാളുടെ മുഖത്ത് ജേഴ്സി കുടുങ്ങിക്കിടന്നു.

യ്വെറ്റി അറ്റംപിടിച്ചുവലിച്ച് ജിപ്സിയെ പുറത്തുകടക്കാൻ സഹാ യിച്ചു.

"വസ്ത്രം അഴിച്ച് വേഗം ഈ ടവ്വൽകൊണ്ട് തുടച്ചോളൂ" കഴിഞ്ഞു പോയതിന്റെ വന്യത തങ്ങിയ ശബ്ദത്തിൽ അയാൾ ആവശ്യപ്പെട്ടു. ഭയം കൊണ്ടും ആഘാതം കൊണ്ടും ഓരോ അണുവും വിറച്ചുകൊണ്ട് നന ഞ്ഞട്രൗസറും ഷർട്ടും ഊരിമാറ്റി അയാൾ വിറങ്ങലിച്ചു നിന്നു.

പാത്രങ്ങൾ കൂട്ടിമുട്ടുന്നതുപോലെ അയാളുടെ പല്ലുകൾ കൂട്ടിയിടി ക്കുന്നുണ്ടായിരുന്നു. ഒരു ടവ്വലെടുത്ത് അയാൾ ശരീരം അമർത്തിത്തുട ച്ചു. ഇത് നല്ലതാണെന്ന് യ്വെറ്റിക്കും തോന്നിത്തുടങ്ങി. നനഞ്ഞ തുണി കളിൽനിന്ന് പുറത്തുകടക്കാൻ ജിപ്സി അവളെ സഹായിച്ചു കൊടു ത്തു. തണുത്തു നനഞ്ഞ തറയിൽനിന്ന് പെരുവിരലിൽ ഉയർന്നുപൊങ്ങി ജിപ്സി നമ്പുമാറ്റുന്നതുവരെ വാതിലിനരികിൽ അവൾ കാത്തുനിന്നു.

എന്തുചെയ്യണമെന്നറിയാതെ കുഴങ്ങി നഗ്നനായി ജിപ്സി നിന്നു. വലിയ ജനാലയിലൂടെ അയാൾ പടിഞ്ഞാറേക്കു നോക്കി കൂറ്റൻവെ ള്ളാഴുക്കിൽ ഒലിച്ചുപോവുന്ന മരങ്ങളുടെ മുകൾഭാഗം.

കാർപ്പോർച്ചും ചവിട്ടുപടികളുമുണ്ടായിരുന്ന ഭാഗംമുഴുവൻ ഒഴുകി പ്പോയിട്ടുണ്ടായിരുന്നു. ചുവരിടിഞ്ഞ്, തറ മാത്രം പുറത്തേക്കു തുറിച്ചു നിന്നു.

ജിപ്സി ഒരുപാടുനേരം കുഞ്ഞൊഴുക്കിനു മുന്നിൽ സ്തബ്ധനായി നിന്നു. വളരെ കഷ്ടപ്പെട്ട് വിറയ്ക്കുന്ന പല്ലുകളെയടക്കി മുറിയിലേക്കു കയറി വാതിലടച്ചു. ഒരു രോഗിയോളം വിറച്ച് യ്വെറ്റി പണിപ്പെട്ട് ശരീരം തുടച്ചെടുക്കുകയായിരുന്നു.

"ഇനി വെള്ളം മുകളിലേക്കുയരാൻ സാധ്യതയില്ല, ഇല്ല." ടവ്വൽ വാങ്ങി ജിപ്സി യ്വെറ്റിയെ തുടച്ചു തുടങ്ങി. സ്വയം വിറയ്ക്കുന്നുണ്ടെ ങ്കിലും ഷോൾഡറിനുള്ളിലേക്കടക്കിപ്പിടിച്ച് അവളുടെ തുടുത്ത ശരീരവും മുടിയിഴകളും തുടച്ച് അൽപ്പം വരൾച്ച വരുത്താൻ ശ്രമിച്ചുകൊണ്ട്.

പെട്ടെന്നയാൾ എണീറ്റു.

"ഇനിയാ കിടക്കയിൽ കിടന്നോളൂ, ഞാനെന്റെ ശരീരം ഒന്നുകൂടി തുടയ്ക്കട്ടെ."

അയാളുടെ കൂട്ടിയിടിക്കുന്ന പല്ലുകൾ വാക്കുകളെ പലതായി മുറിച്ചു പരത്തി. വിറച്ചുകൊണ്ട് പാതിമയക്കത്തിൽ യ്വെറ്റി കിടക്കയിലേക്കി ഴഞ്ഞു കയറി. സ്വയം ചുടുനൽകാൻ ശ്രമിച്ച് അയാൾ പലതവണ തന്റെ ശരീരം തുടച്ചുകൊണ്ടിരുന്നു.

വടക്കൻ ജനാലയിലൂടെ വെള്ളം അല്പ്പംകൂടി ഉയർന്നിരിക്കുന്ന
തു കാണാം. സൂര്യൻ അസ്തമിച്ചിരിക്കുന്നു. അവിടെ ചെറിയൊരു ചുവ
പ്പോടെ വെള്ളം ശാന്തമായി കിടക്കുന്നു. അയാൾ തലമുടി തുടച്ചു.
ഇടയ്ക്ക് ശ്വസിക്കാനും ചുമയ്ക്കാനും ശ്രമിച്ചു. ഒരുപാട് വെള്ളം ജിപ്സി
യുടെ അകത്തെത്തിക്കഴിഞ്ഞിരുന്നു. എവിടെയൊക്കെയോ അയാൾക്ക്
വേദനിക്കുന്നുമുണ്ടായിരുന്നു.

അപ്പോഴും വെള്ളമൊഴുക്കിന്റെ ഭീകരമായ ശബ്ദം അവിടമാകെ
അലയ്ക്കുന്നുണ്ടായിരുന്നു. സാധനങ്ങൾ ചുവരുകളിൽ തട്ടിമുട്ടുന്നതിന്റെ
യും. അസ്തമനത്തോടെ കാറ്റ് ശക്തമായി. പ്രയാസം കൂട്ടുന്ന കുളിർ.
പെട്ടെന്ന് അസാധാരണമായൊരു ശബ്ദത്തോടെ വീടുകുലുങ്ങി. ഭയം,
ഭയപ്പെടുത്തുന്ന ഒരുപാട് ശബ്ദങ്ങൾ തുടരെത്തുടരെ കേട്ടു.

ഭീതി ജിപ്സിയുടെ ഉടലിലേക്ക് പാഞ്ഞിഴഞ്ഞു കയറി. അയാൾ
വീണ്ടും വാതിലിനരികിലെത്തി. കാറ്റും അലറുന്ന വെള്ളവും വീടിന്റെ
പൊളിഞ്ഞ വിടവിലൂടെ ജിപ്സികണ്ടു. ആകാശത്തുയർന്നു കിടന്നിരുന്ന
പൂർണചന്ദ്രൻ മേഘംതട്ടി കറുത്തിരുണ്ടുപോയി.

വീണ്ടും ഭയം കൊണ്ടും തണുപ്പുകൊണ്ടും പല്ലുകൾ പരസ്പരം
കൂട്ടിയിടിച്ചു തുടങ്ങി. വാതിലടച്ച് നിലത്തു കിടന്നിരുന്ന ടവ്വലിന് തന്നെ
ക്കാളും നനവുണ്ടോ എന്നയാൾ പരിശോധിച്ചു. ചോരയോട്ടം കുറഞ്ഞു
തുടങ്ങിയിരുന്ന തലയോട്ടി ഒന്നുകൂടി അമർത്തിത്തുടച്ച് അയാൾ വീണ്ടും
ജനലിനരികിലേക്ക് നോക്കി.

ഭയവും വിരയലും അടക്കിക്കൊണ്ട് അധികസമയം അയാൾക്കവിടെ
തങ്ങാനാവുമായിരുന്നില്ല. തിരിച്ചുപോന്നപ്പോഴാണ് കിടക്കവിരിക്കയിൽ
പതുങ്ങിക്കിടന്ന് വിരയ്ക്കുന്ന യ്വെറ്റിയെ ശ്രദ്ധിച്ചത്. ഒന്നാശ്വസിപ്പിക്കു
ന്നതിനുവേണ്ടി അയാൾ കൈകളാ വിരയ്ക്കുന്ന തുണിക്കെട്ടിനു മുക
ളിൽ അമർത്തിവെച്ചു. പക്ഷേ, അപ്പോഴും ആ വിരയലിന് ഒരു കുറവും
വരികയുണ്ടായില്ല.

"ശരി, ശരി വെള്ളം ഒലിച്ചുപൊയ്ക്കൊണ്ടിരിക്കയാണ്." അവളു
ടനെ തൊപ്പിയെടുത്ത് തന്റെ വിളറിവെളുത്ത മുഖംകൊണ്ട് ജിപ്സിയെ
നോക്കി. പച്ചനിറം ചാലിച്ച ശാന്തതയും ജിജ്ഞാസയും കലർന്ന ആ
മുഖത്തേക്ക് അർധബോധത്തിന്റെ മയക്കത്തോടെ. അവളുടെ മുഖ
ത്തേക്ക് താഴ്ന്നു നോക്കുമ്പോഴേക്കും ജിപ്സി വിറച്ചുകുഴങ്ങി. ആ കറു
ത്തകണ്ണുകളിലപ്പോഴും ജീവിതത്തിന്റെ ഉഷ്ണം ചുടുന്നുണ്ടായിരുന്നു,
വിധിവിശ്വാസിയായ ഒരു നാടോടിയുടെ ശാന്തതയും.

"എനിക്കു ചുടുതരു." അവൾ ഏങ്ങലടിച്ചു കരഞ്ഞു.

"ചുടുതരു, ഞാനിപ്പോൾ മരിച്ചുപോവും." അവളുടെ പല്ലുകൾ കൂട്ടി
യിടിക്കുന്നുണ്ടായിരുന്നു.

യ്വെറ്റിയുടെ ശരീരം സ്തംഭിക്കുമെന്നും ഇപ്പോൾ മരിച്ചേക്കു
മെന്നും തോന്നിക്കുന്ന ഭയാനകമായ ഒരിളക്കത്തിൽ അവൾ പുളഞ്ഞു.
ജിപ്സി തലയാട്ടി അവളെ കൈയിലെടുത്ത് നെഞ്ചിലേക്കു ചേർത്തു.

തന്റെ പണിയായുധത്തോടുള്ള അതേ മുറുക്കത്തോടെ തന്റെ തന്നെ വിരയലിനെ അടക്കിപ്പിടിക്കാൻ ശ്രമിച്ചുകൊണ്ട്.

ജിപ്സിതന്നെ ഒരർധബോധാവസ്ഥയിൽ ഭയന്നു വിറച്ചുകൊണ്ടി രിക്കുകയായിരുന്നു. ചുറ്റിക പിടിക്കുന്ന മുറുക്കത്തിലുള്ള ജിപ്സിയുടെ കൈമുറുക്കം യ്‌വെറ്റിയുടെ ബോധത്തിന് താങ്ങുകൊടുത്തു. ഒരു പൊട്ടി ത്തെറിക്ക് മുഴച്ചുനിന്നിരുന്ന ഹൃദയം അൽപ്പം തണുത്തു. ഭയംകൊണ്ടും തണുപ്പുകൊണ്ടും വിറച്ചുപോയെങ്കിലും ജിപ്സിയുടെ കരുത്തുറ്റ കര വലയത്തിൽനിന്ന് ഒരു വൈദ്യുതപ്രവാഹത്തിന്റെ ശക്തി യ്‌വെറ്റിയെ പൊതിഞ്ഞു. ഉറച്ചമസിലുകൾ സാവധാനം രണ്ടുപേരെയും പൂർവസ്ഥി തിയിലാവുന്ന അവസ്ഥയിലെത്തിച്ചു. ഭയംകൊണ്ട് സ്തംഭിച്ചുപോയ, തണപ്പുകൊണ്ടു വിറച്ചുപോയ ജിപ്സിയുടെ ശരീരം ഇളംചൂടിൽ ആശ്വ സിച്ചു. പിന്നെ, യ്‌വെറ്റിയുടെ ശരീരവും. അവരുടെ അർധബോധമനസ്സ് അബോധത്തിലൂടെ ഉറക്കത്തിൽ ലയിച്ചു.

# ഒൻപത്

**പാ**പ്പിൾവികിനു മുകളിലൂടെ ഏണിവഴി ആളുകൾ ഓടിയെത്തു ന്നതിനു മുമ്പുതന്നെ പറുദീസയിലെ സൂര്യൻ പലതവണ തിളങ്ങി. പാപ്പി ളിനു മുകളിലെ പാലം ഒഴുകിപ്പോയിരുന്നു. ഒഴുക്കിന്റെ ശക്തി കുറേശ്ശെ കുറഞ്ഞുതുടങ്ങിയിരുന്നു. ഒരു അമ്പുപോലെ വളഞ്ഞ് അരുവിയിലേ ക്കുന്തിനിന്ന റെക്ടറുടെ വീട് തകർന്നു പൊടിഞ്ഞ ഒരു വലിയ കൂന യായി തെക്കുപടിഞ്ഞാറു വശത്ത് പൊന്തിനിന്നു. മുറികൾ പൊളിഞ്ഞു നിൽക്കുന്ന കാഴ്ച അതിഭയാനകമായിരുന്നു.

അകത്ത് ജീവനവശേഷിക്കുന്നതിന്റെ യാതൊരു ലക്ഷണവും പുറ ത്തേക്കു തോന്നുമായിരുന്നില്ല. പരിശോധിക്കുന്നതിനുവേണ്ടി തോട്ടക്കാ രനും പാചകക്കാരനും ജിജ്ഞാസയോടെ അവിടെയെത്തി. ജിപ്സി ആ വീട്ടിലേക്കു കയറിവരുന്നതു കണ്ടപ്പോൾ ഒരു കൊലപാതക ശ്രമത്തി നാണെന്നു കരുതി പാചകക്കാരൻ ഒരു മരക്കൊമ്പിലൂടെ റോഡിലേക്കി റങ്ങി ഓടി രക്ഷപ്പെടുകയായിരുന്നു.

ഗേറ്റിനുപുറത്ത് ജിപ്സിയുടെ കുതിരവണ്ടി കിടക്കുന്നതും കണ്ടു.

ഇരുട്ടിത്തുടങ്ങിയപ്പോൾ തോട്ടക്കാരനാണ് കുതിരകളെ ഡാർലി യിലെ റെഡ്ലിയോണിനു മുകളിലേക്ക് തെളിച്ചുകയറ്റിയത്.

അരുവിക്കു മുകളിലൂടെ വീടിനു പുറകുവശത്തേക്ക് ഒരു ഏണികി ട്ടിയിരുന്നെങ്കിൽ എന്ന് പാപ്പിൾവികിലെ ആളുകൾ ആഗ്രഹിച്ചു. ആ കെട്ടി ടത്തിന്റെ അവസ്ഥകണ്ട് കൂടിനിന്നിരുന്നവരെല്ലാം ഭയന്നുതുടങ്ങിയിരു ന്നു. മുൻവശത്തെ അടിത്തറ തകരുകയും പിൻവശത്തെ തറ പൊളി യുകയും ചെയ്തിരുന്നു. തുറസ്സായ പഠനമുറിയിലെ റെക്ടറുടെ പുസ്ത കങ്ങൾ നിരത്തിവെച്ച ഷെൽഫുകളിലേക്കും മുത്തശ്ശിയുടെ പരന്ന കട്ടിൽ

കാലുകളിലേക്കും കൂടിനിന്നവർ ഭയത്തോടെ നോക്കി. സുരക്ഷിതമായി
നിർമിച്ച ആ കട്ടിൽ കാലുകളിലൊന്ന് ഉടഞ്ഞുപോയിരുന്നു.

മുകളിലെ തകർന്നമുറി വേലക്കാരിയുടേതായിരുന്നു. വേലക്കാരിയും
പാചകക്കാരനും കരഞ്ഞുപോയി. താഴത്തെനിലയിൽ തകർന്നു ചിതറി
ക്കിടക്കുന്ന സാമഗ്രികൾക്കിടയിലേക്ക് ജനാലയിലൂടെ ഒരാൾ അകത്തു
കയറി. മാതറിന്റെ കറുത്ത ചെരുപ്പിട്ട കാലുകൾ തകർന്ന വസ്തുക്കളെ
മൂടിക്കിടന്നിരുന്ന ഒരു മൺകുനയിൽനിന്ന് പുറത്തേക്കു തുറിച്ചു നിൽക്കു
കയായിരുന്നു. പേടികൊണ്ട് അയാൾ ഓടിരക്ഷപ്പെട്ടു.

യ്വെറ്റി അതിനകത്തില്ലെന്നും അവൾ ജിപ്സിയോടൊപ്പം ഒഴുകി
പ്പോവുന്നത് താൻ കണ്ടെന്നും തോട്ടക്കാരൻ അവരോടു പറഞ്ഞു.
എന്നാലും ഒരു തെരച്ചിൽ നടത്തണമെന്നുതന്നെ പൊലീസുകാരൻ ആവ
ശ്യപ്പെട്ടു. ഏണികൾ കൂട്ടിവിളക്കി വീടിനുമുകളിൽ കയറാൻ അവർ തയാ
റാക്കിവെച്ചു. യ്വെറ്റിയെ നീട്ടിവിളിച്ചെങ്കിലും അകത്തുനിന്ന് ഒരു
ശബ്ദവും പുറത്തു വരികയുണ്ടായില്ല. വലിച്ചുവച്ച ഏണിയിലൂടെ
ബോബ് ഫ്രെഡ്ലി മുകളിലെത്തി. ഒരു ജനാലച്ചില്ല് ഉടച്ച് സിസി
അമ്മായിയുടെ റൂമിലെത്തിയതോടെ പരിചിതമായ ആ വീടിന്റെ നിശ്ശ
ബ്ദമായ അകം ഫ്രെഡ്ലിയെ ഭയപ്പെടുത്തിത്തുടങ്ങി. വീട് ഏതുനിമിഷം
വേണമെങ്കിലും മുങ്ങിപ്പോയേക്കാം.

മുകളിലേക്കു കയറാനുള്ള ഏണി അവർക്കിപ്പോൾ കിട്ടിയതേയു
ള്ളൂ. റെഡ്ലിയോണിൽനിന്ന് കുതിരവണ്ടിയുമായി തിരിച്ചുപോവുന്ന
വൃദ്ധയായ ജിപ്സിയോട് ഡാർലിയിൽനിന്ന് ഓടിപ്പൊയ്ക്കൊണ്ടിരുന്ന
ചിലരാണ് അവരുടെ മകൻ കെട്ടിടത്തിനു മുകളിൽ നിൽക്കുന്നതായി
പറഞ്ഞത്. പൊലീസുകാരൻ ജനൽച്ചില്ലുകൾ ഉടച്ചുകൊണ്ടിരുന്നു.

യ്വെറ്റി കിടക്കവിരിക്കടിയിൽ നഗ്നയായി ഉറങ്ങുന്നുണ്ടായിരുന്നു.
പൊലീസുകാരൻ, യ്വെറ്റി ഇവിടെയുണ്ട് എന്ന് താഴെ കാത്തുനിന്ന മുഖ
ങ്ങളെ നോക്കി വിളിച്ചുപറഞ്ഞുകൊണ്ടിരുന്നു. അവിവാഹിതനായ
പൊലീസുകാരന് എന്തുചെയ്യണമെന്ന് അറിയില്ലായിരുന്നു. അവളുടെ
മുടിചുരുണ്ട് കട്ടയായിരുന്നു. വന്യമായ കണ്ണുകളോടെ ഷീറ്റ് നെഞ്ച്
വരെയും വലിച്ചിട്ട് അവൾ ചമ്രം പടിഞ്ഞിരുന്നു.

"ഭയക്കാതെ, നീ സുരക്ഷിതയാണ്." പൊലീസുകാരൻ പടികൾ
ബുദ്ധിമുട്ടിക്കയറിയെത്തി.

ജിപ്സിയെവിടെ? പ്രപഞ്ചത്തിലെ ആ അവസാനരാത്രിയിൽ ജിപ്സി
എവിടെയായിരുന്നു, അവൾ ചിന്തിച്ചു. അയാൾ പോയ്ക്കഴിഞ്ഞിരുന്നു.
റൂമിൽ ഈ പൊലീസുകാരൻ മാത്രമാണുള്ളത്. അവൾ പുരികക്കൊടി
കൾക്കുമേൽ വിരലുകൊണ്ട് തടവി.

"നിങ്ങൾ വസ്ത്രം ധരിക്കുകയാണെങ്കിൽ നമുക്ക് താഴെ സുരക്ഷി
തമായൊരിടത്തേക്കു പോവാം. ഈ വീട് ഉടനെ വീണുപോയേക്കാം.
അടുത്ത മുറികളിലൊന്നും ആരും തന്നെയില്ലെന്നു തോന്നുന്നു." അയാൾ
പുറത്തെ വരാന്തയിലേക്കു പാഞ്ഞിറങ്ങി തകർന്നുകൊണ്ടിരിക്കുന്ന

വീടിന്റെ അകത്തേക്ക് ഭയത്തോടെ നോക്കി. റെക്ടർ ഒരു കാറിൽ കുന്നി റങ്ങി വരുന്നുണ്ടായിരുന്നു.

യ്‌വെറ്റി നിരാശയായിരുന്നു. അഗാധമായി ദുഃഖിത. അവൾ ചാടി യെണീറ്റ് അലമാര തുറന്ന് വസ്ത്രങ്ങളെടുത്തിട്ടു. പാറിപ്പറന്ന സ്വന്തം തലമുടി കണ്ണാടിയിൽ കണ്ട് അവൾ ഭയന്നുപോയി.

അതവൾ കാര്യമായെടുത്തില്ല. ജിപ്സി പോയിക്കഴിഞ്ഞിട്ടുണ്ടല്ലോ.

കാർപ്പെറ്റിൽ അവളുടെ വസ്ത്രങ്ങൾ കിടന്നിരുന്നു. ജിപ്സിയുടെ വസ്ത്രങ്ങളും രക്തംപുരണ്ട രണ്ട് ടവ്വലുകളും അടുത്തുണ്ടായിരുന്നു. അയാളുടേതായി മറ്റൊരടയാളവും അവിടെയുണ്ടായിരുന്നില്ല.

പൊലീസുകാരൻ കടന്നുവരുമ്പോൾ യ്‌വെറ്റി അവളുടെ മുടിപിടിച്ചു വലിക്കുകയായിരുന്നു. സ്വബോധത്തോടെ അവൾ സ്വയം വസ്ത്രം ധരി ച്ചിരിക്കുന്നതു കണ്ട് പൊലീസുകാരന് ആശ്വാസം തോന്നി.

"നമുക്ക് താഴെപ്പോവാം. ഇതെപ്പോൾ വേണമെങ്കിലും വീണുപോ യേക്കാം." അയാൾ പറഞ്ഞു.

"അതെയോ, ഇത്രത്തോളം മോശപ്പെട്ട അവസ്ഥയിലാണോ?" അപ്പോഴേക്കും താഴെനിന്ന് ഒച്ചയും ബഹളവും കേട്ടുതുടങ്ങി. അവൾ ജനലരികിലേക്ക് ഓടിച്ചെന്നു. റെക്ടർ കൈകൾ നീട്ടിപ്പിടിച്ച് കണ്ണീരൊ ഴുക്കി താഴെനിന്ന് ഒച്ചവയ്ക്കുകയായിരുന്നു.

"എനിക്ക് കുഴപ്പമൊന്നുമില്ല ഡാഡി." അവൾ ശാന്തതയോടെ വിളി ച്ചുപറഞ്ഞു.

ജിപ്സിയുടെ കാര്യം അവൾക്ക് മറച്ചുപിടിക്കേണ്ടി വന്നു. പക്ഷേ, മുഖത്ത് കണ്ണീർ ഒലിച്ചു നിറഞ്ഞുകൊണ്ടിരുന്നു.

"കരയാതിരിക്കൂ, കരയാതിരിക്കൂ." റെക്ടർക്ക് അവരുടെ അമ്മയെ നഷ്ടപ്പെട്ടു. സ്വന്തം മകളെ തിരിച്ചുകിട്ടിയതിൽ അയാൾ നക്ഷത്രങ്ങ ളോട് നന്ദിപറയുകയാണ്. "ഞങ്ങളെല്ലാം കരുതിയത് നിന്നെയും വിധി പിടിച്ചെടുത്തുവെന്നാണ്."

"ഗ്രാനി വെള്ളത്തിലൊലിച്ചു പോയോ?" യ്‌വെറ്റി ചോദിച്ചു.

"ഞങ്ങൾ ഭയക്കുന്നു. അങ്ങനെയായിട്ടുണ്ടാവാം."

യ്‌വെറ്റി അലമാരയിൽനിന്നു കിട്ടിയ ടവ്വൽ കൊണ്ട് മുഖംമറച്ച് നിർത്താതെ കരഞ്ഞു.

"നിങ്ങൾക്കാ ഏണിവഴി താഴേക്കിറങ്ങിക്കൂടെ?"

വെള്ളത്തിലേക്ക് ഞാന്നുകിടക്കുന്ന ഏണികണ്ട് അവൾ പെട്ടെന്ന് പറഞ്ഞു.

"ഇല്ല, പറ്റില്ല."

പക്ഷേ, അപ്പോഴാണ് ജിപ്സിയുടെ വാക്കുകൾ ഓർമവന്നത്.

"നിന്റെ ശരീരത്തിൽ ധീരയായിരിക്കൂ."

"എല്ലാ മുറിയും പരിശോധിച്ചോ" കരഞ്ഞുകൊണ്ട് യ്‌വെറ്റി ചോദിച്ചു.

"ഉവ്വ്, പക്ഷേ."

ആടിക്കളിക്കുന്ന ഏണിയിലൂടെ തന്റെ മകൾ ഇറങ്ങിവരുന്നത് താഴെ നിന്ന് റെക്ടർ കണ്ട് സന്തോഷിച്ചു. ഏണിയുടെ മുകളറ്റം രണ്ട് കൈകൊണ്ടും പിടിച്ചുകൊടുത്തുകൊണ്ട് തകർന്ന ജനൽച്ചില്ലയിലൂടെ വീരപരിവേഷത്തിൽ താഴേക്കു നോക്കി പൊലീസുകാരൻ ചിരിച്ചു. ഗോവ ണിക്കു താഴെ യ്വെറ്റി ഡാഡിയുടെ കൈകളിലേക്ക് ബോധംകെട്ടുവീ ണു. ഫ്രെംലിയുടെ വീട്ടിലേക്ക് അവളെ കാറിൽ എടുത്തുകൊണ്ടുപോ യി. പ്രേതങ്ങളുടെ പ്രേതം ലൂസില്ലെ ഒരു ഹിസ്റ്റീരിയ രോഗിയെപ്പോലെ തോന്നിക്കുംവരെ ആശ്വാസത്തോടെ കരഞ്ഞുതീർത്തു. സിസി അമ്മായി കരഞ്ഞു പ്രാർഥിച്ചത് ഈവിധമാണ്! "ആ വൃദ്ധയെ എടുത്തു. ആ ചെറിയ പെണ്ണിനെ നശിപ്പിച്ചു. എനിക്ക് മാതറിനുവേണ്ടി കരയാൻ പോലുമാവുന്നില്ലല്ലോ. യ്വെറ്റിയുടെ കാര്യം എനിക്ക് കേൾക്കാനാവു ന്നില്ല." അവൾ നിർത്താതെ കരഞ്ഞു. റെക്ടറിക്ക് അഞ്ചുമൈൽ അകലെ പാപ്പിൾഹൈക്ക് മുകളിലുണ്ടായിരുന്ന സംഭരണി തകർന്നപ്പോഴാണ് വെള്ളത്തിന്റെ അടങ്ങാത്ത ഒഴുക്കുണ്ടായത്.

പ്രാചീനമായ, റോമൻ മൈൻ ടണൽ എന്നു വിശ്വസിക്കപ്പെടാവുന്ന ഒന്ന് സംഭരണിക്കു കീഴെ തകർന്നു പോയതാണ് ഈ വലിയ നാശ ത്തിനു കാരണമായതെന്നാണ് അൽപ്പം കഴിഞ്ഞ് കണ്ടുപിടിക്കപ്പെട്ടത്. അൽപ്പദിവസം മുൻപുതന്നെ പാപ്പിൾ നിറഞ്ഞു കഴിഞ്ഞിരുന്നു. വൈകാതെ നിറഞ്ഞൊഴുകുകയും.

ഒരു താമസസ്ഥലം കണ്ടെത്താനാവാത്തതുകൊണ്ട് റെക്ടറും രണ്ട് പെൺകുട്ടികളും കുറച്ചു ദിവസത്തേക്ക് ഫ്രെംലിയുടെ വീട്ടിൽ തങ്ങി. ശവസംസ്കാരച്ചടങ്ങുകളിൽ പങ്കുകൊള്ളാതെ യ്വെറ്റി കിടക്ക യിൽത്തന്നെ തളർന്നുകിടന്നു. എങ്ങനെയാണ് തന്നെ ജിപ്സിയുവാവ് പോർച്ചിൽനിന്ന് പുറത്തെടുത്തതെന്നും പ്രയാസപ്പെട്ട് വെള്ളത്തിനു മുക ളിലെത്തിച്ചതെന്നുമായിരുന്നു യ്വെറ്റിയിൽനിന്ന് ആളുകൾ കേട്ട ഒരേ യൊരു വിവരണം. അവളതുമാത്രം പറഞ്ഞുകൊണ്ടിരുന്നു. റെഡ്ലിയോ ണിൽനിന്ന് വൃദ്ധജിപ്സി തന്റെ കുതിരവണ്ടി എടുത്തുകൊണ്ട് വരു മ്പോൾ ജിപ്സി രക്ഷപ്പെട്ട കാര്യം അവൾ അറിഞ്ഞിരുന്നു.

യ്വെറ്റി കുറച്ചുമാത്രം പറഞ്ഞു. അവൾ ആശങ്കാകുലയായിരുന്നു. മനസ്സ് കുഴഞ്ഞുമറിഞ്ഞ് ഒന്നുമോർത്തെടുക്കാൻ കഴിയാത്തപോലെ.

ബോബ് ഫ്രെംലി പറഞ്ഞു: "ആ ജിപ്സിക്ക് ശരിക്കുമൊരു മെഡൽ തന്നെ കൊടുക്കണം."

കുടുംബം മുഴുവൻ അതുകേട്ട് സ്തബ്ധരായി.

"ശരിക്കുമയാളോട് നന്ദി പറയുക തന്നെ വേണം." ലൂസില്ലെ ശബ്ദ മുണ്ടാക്കി.

റെക്ടർ ബോബിനോടൊപ്പം ക്യാറിയിലേക്കു തിരിച്ചുപോയി. പക്ഷേ, അവിടെയാരുമുണ്ടായിരുന്നില്ല. ജിപ്സികൾ മുഴുവൻ ക്യാമ്പു നിർത്തി പോയ്ക്കഴിഞ്ഞിരുന്നു. എവിടേക്കാണെന്ന് ആർക്കുമറിവുണ്ടായിരുന്നില്ല. യ്വെറ്റി കിടക്കയിൽ നിന്നെഴുന്നേൽക്കാതെ കരഞ്ഞുകൊണ്ടിരുന്നു.

"ഞാൻ അയാളെ സ്നേഹിക്കുന്നു, സ്നേഹിക്കുന്നു, സ്നേഹി ക്കുന്നു." അതിയായ ദുഃഖം അവളെ എഴുന്നേൽപ്പിക്കാതെ തളർത്തിയി ട്ടു. പക്ഷേ അവളും ജിപ്സിയുടെ അപ്രത്യക്ഷമാവലിനെ അംഗീകരിച്ചു കഴിഞ്ഞിരുന്നു. മാതറിന്റെ മരണച്ചടങ്ങുകൾക്കുശേഷം ഒരുപാട് ദിവസം കഴിഞ്ഞ് ഒരജ്ഞാതസ്ഥലത്തുനിന്ന് എഴുതിയയച്ച കത്ത് യ്വെറ്റിക്കു കിട്ടി. അതിൽ തീയതിയും രേഖപ്പെടുത്തിയിരുന്നില്ല.

"പ്രിയപ്പെട്ടവളെ, എന്നോടൊപ്പമുള്ള നീന്തൽ കഴിഞ്ഞ് അവസ്ഥ കൾ ഭേദപ്പെട്ടിട്ടുണ്ടെന്ന് പത്രത്തിൽനിന്നറിഞ്ഞു. ഒരിക്കൽക്കൂടി ഒരു ദിവസം നിങ്ങളെക്കാണാൻ കഴിയുമെന്ന് ഞാനാഗ്രഹിക്കുന്നു. ടൈഡ്സ് വെൽ മാടുചന്തയിലേക്കുള്ള റോഡുവഴി ഒരിക്കൽക്കൂടി നമുക്കുവരാം. 'ഗുഡ്ബൈ' പറയാൻ ഞാനന്നു വന്നിരുന്നു. വെള്ളമൊന്നിനും സമ്മ തിച്ചില്ല. പക്ഷേ, പ്രതീക്ഷയോടെ കഴിയുന്നു.

താങ്കളുടെ അനുസരണയുള്ള സേവകൻ<br>
ജോ ബോസ്‌വെൽ"

അപ്പോൾമാത്രം അയാൾക്കൊരു പേരുണ്ടായിരുന്നതായി യ്വെറ്റി അറിഞ്ഞു.